સમણા

લેખકઃ જયંતીભાઈ પટેલ

Samanan

Gujarati Novel

By Jayantibhai Patel

Price: $ 12

USA Edition

Published By

createspace.com

મારે કહેવું જોઈએ

માણસના જીવનમાં અનેક નાનામોટા પ્રસંગો બનતા હોય છે. કોઈ પ્રસંગો એવા પણ બનતા હોય છે કે માણસને કોઈના પ્રત્યે અભાવો આવી જાય છે. પણ ક્યારેક એને પેલા અભાવાને દૂર કરવાની પ્રેરણા પણ થાય છે. આવા જ કેટલાક પ્રસંગો મારી આ કથામાં નિરૂપાયા છે.

આ નવલકથામાં એક એવા માણસની વાત છે કે જે કૉલેજમાં ભણવામાં નિષ્ફળ નિવડ્યો છે. ભાઈનાં મહેણાંટોણાં સહન ન થતાં એને ભાઈ પ્રત્યે નફરત થઈ જાય છે. એ આફ્રિકા ચાલ્યો જાય છે. ત્યાં નસીબ એને યારી આપે છે. ત્યાંથી ઈંગ્લેન્ડ જાય છે. નસીબના એના પર ચાર હાથ છે. એ ઘણું કમાય છે ત્યાં એને અચાનક એક દિવસ પોતાનું ગામ, પોતાના ભાઈઓ અને દોસ્તો યાદ આવે છે. ને એ પોતાના ગામમાં જવા વિચારે છે.

જ્યારથી એણે ગામમાં જવાની વાત વિચારી ત્યારથી એને પોતાના શૈશવ સમયની ને ગામની અનેક વાતો મનમાં ઘૂમરાયા કરે છે. પોતે નાનપણમાં દોસ્તો સાથે કરેલાં ધીંગામસ્તી અને તોફાનોમાં એને પોતાના ગામની ધરતીની મહેંક વરતાવા લાગે છે.

એણે આફ્રિકા ગયા પછી ગામ સાથે કે પોતાના ભાઈઓ સાથે કશો સંપર્ક રાખ્યો નથી એટલે પોતાનું ત્યાં ચાલીસ વર્ષ બાદ અચાનક જવું કેવું આશ્ચર્ય સર્જશે એની કલ્પનાઓ એ રાતદિવસ કર્યા કરે છે.

એને અચાનક એક તુક્કો સૂઝે છે કે પોતે લાખો કમાઈને દેશમાં આવ્યો છે એમ દેખાડવાને બદલે નસીબથી થાકીહારીને ગામમાં શરણું શોધતો આવ્યો છે, એવો દેખાવ કરવાથી દોસ્તો અને ભાઈઓના દિલમાં પોતાને માટે કેવી લાગણી જન્મે છે, એ જોવાની

મઝા આવશે.

એની ખબર નથી કે એના આવા નાટકની ગામડામાં કેવી અસર પડશે. એને તો ગામમાં જવું છે ને ગામનાં લોકોનાં દિલ નાણી જોવાં છે. એને તો ચાલીસ વરસ પછી પોતાના ગામ સાથેનો પોતાનો સંબંધ પાછો તાજો કરવો છે અને તે પણ પોતાની આગવી રીતે.

ને એક દિવસ તે ગામમાં જાય છે : પોતાની જ રીતે. ગામના બદલાઈ ગયેલા માનસનો તેને કશો આભાસ પણ નથી. એ તો ગમડાનાં શાંત જણાતાં જળમાં પથરો થઈને પટકાય છે. પછી એનાં કેવાં વમળો ઊઠે છે એ જોવા માટે તો તમારે આ નવલકથા આખી જ વાંચવી જોઈશે. વાંચી રહ્યા પછી તમારે મને કશું કહેવું હોય તો મારું ઈમેઈલનું સરનામું આ મુજબ છેઃ **jd4books@gmail.com**

આ નવલકથા કોઈ એક ગામની નથી. એમાંના કેટલાય પ્રસંગો તમને તમારા બચપણમાં ડોકિયું કરવા મજબૂર કરશે ને કેટલાક તમારા બચપણનાં તોફાનોની તમને યાદ દેવડાવશે. કેટલાક તમે અનુભવ્યા હશે તો કેટલાકમાં તમે સાક્ષી રહ્યા હશો. આ નવલકથા લખતાં પચાસ વર્ષ પહેલાંના મારા ગામની અનેક વાતો મારી સામે સતત ઘૂમરાયા કરી છે અને એમાં કેટલીય જગાએ મારામાંનો હું આક્રંદ કરી ગયો છે. શહેરની હરીફાઈ કરવામાં ગામડાંમાંથી પોતીકાપણું ક્યાંક પગ કરી ગયું છે એમ મને લાગ્યા કર્યું છે.

હું છું આપનો,
જયંતીભાઈ પટેલ.

લેખકનાં અન્ય પુસ્તકો

<u>નવલકથા</u>

વસમા ઓરતા

મેલા મનનું માણસ

ગોમતીગઢનો ખજાનો

બેગમ

જો થઈ છે

ધરતીનો બીજો છેડો

અંતાણી નવિાસ

મનેખ માટીનાં

શેઠ વરણાગીલાલ

સમણાં

હરયિાળી ધરતીનાં મનેખ : અન્ય લેખકો સાથે

છૂટાછેડા: ઓપન સીક્રેટ: અન્ય લેખકો સાથે

<u>હવે પછી:</u>

<u>ધરતીનો છેડો ઘરડાઘર?</u>

<u>સ્મૃતવિસ્મિૃત</u>

<u>વાર્તા સંગ્રહ</u>

થોડી હસી મજાક

અનુક્રમણિકા

૧. નવનીતનાં સમણાં

ચરોતરની મધ્યમાં આવેલું નાનકડું રૂપાળું ગામ રામકા. એને પાદર વિશાળ વડલા, પીપળ ને લીમડાની ઘટાટોપ વનરાઈ. ગામની બેય ભાગોળે રૂપાળાં તળાવ. બેય તળાવમાં પાણી ક્યારેય જાણે ઊંડાં જ ન જતાં હોય એમ સદાય ભરેલાં. ક્યારેક વરસાદ ઓછો પડ્યો હોય ને તળાવ ભરાય નહીં ત્યારે ગામની ભાગોળ નજીકના કૂવા પર મૂકેલા એંજીન પંપના માલિકો બેત્રણ દિવસ સતત કૂવાનાં પાણી તળાવમાં વાળી એમને ભરી દે એટલે ચોમાસા સુધીની નિરાંત.

ગામમાં પેસો એટલે એમ જ લાગે કે કોઈ રમણીય બગીચામાં પેઠા. વિશાળ રસ્તાની બેય બાજુએ લીલોતરીની જાણે વાડ કરી હોય એમ જ લાગે.

ગામ મૂળ પાટીદારોએ વસાવેલું ને વિકસાવેલું. એમનો મૂળ વ્યવસાય ખેતીનો. પોતાના ખેતીના કામકાજમાં મદદરૂપ થાય એવા વિવિધ કોમના લોકોને એમણે બોલાવીને પોતાના ગામમાં વસાવેલા. એટલે અત્યારે તો ગામમાં અઢારેય વરણની વસ્તી હતી. પણ બધા એક સંપથી રહે. વારે તહેવારે એકબીજાને મળે ભેટે અને એકબીજાના અવસરમાંય નાતજાતના ભેદ વગર સામેલ થાય ને અવસર દિપાવે.

ગામમાં મુસલમાનોની વસ્તી અત્યારે ઘણી. દેશમાં વાર તહેવારે કોમી છમકલાં થાય તોય ગામના સંપમાં એની જરાય અસર ન વરતાય. એટલે બહારથી આવીનેય ઘણા શાંતિપ્રિય મુસલમાનો ગામમાં સ્થાઈ થયેલા.

આવા એ રામકાને પાદર એક દિવસ વહેલી સવારે નવનીત બચપણનાં આવાં રૂપાળાં સમણાં લઈને રિક્ષામાં આવી પહોંચ્યો. ગામની ભાગોળે આવેલા કંકાવટી તળાવ પાસે આવતાં એણે રિક્ષાવાળાને રિક્ષા ઊભી રાખવા કહ્યું.

એણે ચારે તરફ નજર કરી. ભાગોળ પરનાં ઘટાટોપવાળાં વૃક્ષો જોવા વળેલી એની નજરો નિરાશ થઈને પાછી વળી ગઈ. વૃક્ષોની ઘટા જાણે કાળગ્રસ્ત થઈ ગઈ હોય એમ એને લાગ્યું. એની નજર કંકાવટી તરફ ગઈ ને એનાથી એક નિસાસો નંખાઈ ગયો. કંકાવટીનાં પાણી તળિયે પેસી ગયાં હતાં. કંકાવટીના આરામાં લીલ અને સેવાળના થળ બાઝી ગયા હતા. આરો જાણે ક્યારેય વપરાતો કે સાફ થતો ન હોય એવો ગંદો ગોબરો દિસતો હતો.

કંકાવટીમાં તળિયું ઢંકાય એટલું થોડું, લીલ અને નાળા નીચે ઢંકાયેલું પાણી હતું ખરું, પણ એ તો પેલા પંચાયતના સ્ટેન્ડ-પોસ્ટના વપરાયેલા પાણીની ખારકુંડી જેવું જ હતું. નવનીતને આ ખારકુંડીની ગંધ રિક્ષામાં બેઠેબેઠેય આવી ગઈ ને એના મનનો એક ખૂણો ચણચણી ઊઠ્યો. તેને મનમાં થયું કે આ

પોતાનું રામકા ન હોય.

એને થયું કે પોતે કોઈ અજાણ્યા ગામમાં તો નહીં આવી ગયો હોય ને! એણે રિક્ષાવાળાને પૂછ્યુંય ખરું: 'ભાઈ, આ રામકા ગામ જ છે કે કોઈ બીજું?'

પેલાએ એની સામે નજર કરતાં કહ્યું: 'આ જ રામકા છે. આજે પાંચ વરસથી હું રિક્ષા ચલાવું છું તે કાંઈ ભૂલો ઓછો પડવાનો હતો? તમારે ગામમાં અંદર જવું છે કે પછી બસસ્ટેન્ડે જ ઊતરી જવું છે?'

'મારે મંદિર પાસે જવું છે.'

'બધાં મંદિરોની તો ખબર નથી પણ ગામમાં ચાર પાંચ મંદિર છે એ જાણું છું. તમને રસ્તો તો ખબર છે ને!'

નવનીત પાછો ગૂંચવાયો. એને બધું જ અજાણ્યું લાગતું હતું. ગામમાં જાણે મોટાં મોટાં મકાનો ઊગી નીકળ્યાં હતાં. રસ્તા પર ગંદકી પણ આ મકાનોની સાથે હોડ બકતી હોય એમ ચોતરફ ગંધાઈ રહી હતી. પણ સહેજ આગળ જતાં એને કશુંક પરિચિત જણાયું ને એની આંખો હસી રહી. બહુ વરસે જાણે સ્વજન મળ્યું હોય એમ એના મનમાં આનંદ આનંદ થઈ રહ્યો.

'મોટાની ચબૂતરી'. એને ઓટલે બેસી દોસ્તો સાથે પોતે તડાકા મારતો અને તોફાન મસ્તી કરી, જતા આવતા લોકોને પજવતો. એ વાતને આજે ચાલીસ વરસ થયાં છતાં જાણે હજુ ગઈકાલે જ પોતે એ ચબૂતરીને ઓટલે બેઠો હોય અને આજેય કોઈ દોસ્ત એમની વાટ જોતો બેઠો હશે એવા ભાવથી ચબૂતરી સામે તાકી રહ્યો.

ને થયું પણ એવું જ. હમણાં જ દાતણ કરીને પરવાર્યા હોય એવા બે વૃધ્ધ જણાતા માણસો બીડીઓના કસ લેતા ઓટલા પર બેઠા હતા. નવનીત રિક્ષા ઊભી રખાવી નીચે ઊતર્યો. અજાણ્યા ને પરદેશથી આવેલા લાગતા માણસને રિક્ષામાંથી ઊતરી પોતાના તરફ આવતો જોતાં પેલા બેનેય નવનીતનામાં જાણે રસ પડ્યો.

એમને કદાચ એમ પણ થયું હોય કે કોઈનું ઠેકાણું પૂછશે આવીને. અને એમની આવી ગણતરી પાયા વગરનીય ન હતી. નજીકના મોટા શહેર અને વલ્લભવિદ્યાનગરને કારણે ગામમાં શેરીએ શેરીએ અજાણ્યા માણસોએ ઘરો ભાડે લઈને ગામને અજાણ્યાનું ગામ બનાવી દીધું હતું.

'કેમ છો, વડીલ? આપનું ઓળખાણ?' નવનીત પેલા લોકોના ચહેરામાં પરિચિતતા શોધવાનો પ્રયત્ન કરતાં પૂછ્યું.

'હું રમેશ અને આ મારો મિત્ર મનહર. આ ગામમાં જ જન્મેલા અને હવે તો ગામની સાથે જ ખખડી ગયેલા. તમારી ઓળખાણ?'

'હું નવનીત, કેરીની શાખ તોડતાં આંબાનું ડાળખું લઈને તારા પર

પડેલો એ; યાદ છે કે ભૂલી ગયો?' ને પેલા બેય ચમકી ગયા.

'અલ્યા નવનીત, તું? અલ્યા, તું તો ઓળખાય એવોય નથી રહ્યો. તારો તો રંગેય એવો ઊઘડ્યો છે કે કોઈકને એમ જ લાગે કે કોઈ ધોળિયો અવ્યો કે શું? કેટલું રહેવાનો?' રમેશે પૂછ્યું.

'રહેવાનું તો કશું નકકી નથી કર્યું, જેટલા દા'ડા તમે રાખો એટલા દા'ડા રહેવું છે.'

'અમે તો તને શું રાખવાના હતા? તારે તો ઘર છે, જમીન છે, ભાઈઓ છે ને બબ્બે ભાભીઓ છે. પણ તારે અમારી સાથે રહેવું હોય તોય આંખમાથા પર. હા, તારા જેવા સુખી માણસને રહેવા લાયક અમારાં ઘર નથી એ વાત ખરી. બોલ, અમારા બેમાંથી કોની સાથે રહેવું છે?'

'જો આ રિક્ષાવાળો ઉતાવળો થતો હશે. તું એમ કર તારાં પેટી પટાળાં ઉતારી લે ને એને રવાના કરી દે. પછી આપણે બધા તારે ઘેર જઈશું. તારાં ભાઈ કે ભાભી તને ઘરમાં પેસવા દેવાનાં નથી એમ જ માનવું. પણ એક વખત તાલ તો જોઈએ.' રમેશે કહ્યું ને મનહરે પણ માથું હલાવી એમાં પોતાની સંમતિ દર્શાવી.

'સાવ એવું તો ન હોય.' નવનીતે કહેવા કર્યું.

'તારે એ વાતે જો શરત મારવી હોય તો અમે બેય તૈયાર છીએ. બોલ, લાગી સો સોની?' મનહરે ચોખ્ખી વાત કરી. નવનીતને જે વહેમ હતો એ જ વાત આ બે જણ છાતી ઠોકીને કહેતા હતા. એણે રિક્ષામાંથી પોતાની પેટી ઉતારી લીધી અને રિક્ષાવાળાને દશ રૂપિયા આપ્યા.

'સાહેબ, પહેલી બોણી જ તમારે હાથે કરું છું એક રૂપિયો વધારે આલો તો મારો દા'ડો હારો જાય.' રિક્ષાવાળાએ કહ્યું. ને નવનીતે એના હાથમાં એકને બદલે પાંચ રૂપિયાની નોટ છાનાંમાનાં સરકાવી દીધી. રમેશે આ જોયું ને મલકાતાં મનહરને ઈશારો કર્યો.

'તો સાહેબે રિક્ષાવાળાને બોણી કરાવી એમ ને!' રમેશે કહ્યું અને નવનીતને થયું કે એણે નકકી કર્યા પ્રમાણેનો દેખાવ કરવો હોય તો ફરી આવી ભૂલ ન કરવી. પોતાને જેમ સગાંવહાલાંના મનનાં માપ કાઢવાં હતાં એમ દોસ્તોનેય એ નાણી જોવા માગતો જ હતો. એ માટે ગામ આખામાં એ એવી જ છાપ ઊભી કરવા માગતો હતો કે એ પરદેશથી કશું કમાયા વગર, નાસીપાસ થઈને સાવ ખાલી ખિસ્સે જ ગામમાં આવ્યો હતો.

'બોણી કરાવી. આમેય મારા હાથમાં નથી જશની રેખા કે નથી ધનની લીટી. જો મારી બોણીથી એનો દા'ડો સુધરતો હોય તો એ અખતરોય ભલે થઈ જતો. એટલે એને ખુશ કર્યો. બાકી હું અહીંથી જેમ ખાલી હાથે ગયો હતો એમ જ લુખ્ખો પાછો આવ્યો છું. એટલે તમે બેય વિચારી લેજો. જેને ઘેર મારી પેટી જશે

એને મહિને દા'ડે વધારે નહીં તોય આ મોંઘવારીમાં બસો-ત્રણસોનો ખાડો પડશે જ.'

'એવા હિસાબ તો વાણિયા ગણે. આપડે તો કોઠીએ બાજરી હોય ત્યાં સુધી એવા હિસાબ મંડાતા હશે? અમારો ભાઈબંધ ઘર પૂછતો આવે ને અમે એમ આંગળીને વેઢે અંગૂઠો મેલીને હિસાબ ગણવા બેસીએ એવા નથી. તારે જેને ત્યાં રહેવું હોય એને ત્યાં રહે. જો એવા હિસાબ ગણીએ તો પછી આપણી ભાઈબંધી શા કામની?' મનહરે કહ્યું.

'તું મનમાં જરાય ઓછું ના લાવતો. તું કમાઈને આવ્યો હોય ને અમારે માટે જર્સી કે ઘડિયાળ લઈ આવ્યો હોત તો અમે કેવા વટથી પહેરતા હોત ને તારી ચારે બાજુ ઘૂમતા હોત! આજે તું નસીબનો માર ખાઈને આવ્યો એટલે અમે મોઢું ફેરવી લઈશું એમ ન માનતો. બોલ, અત્યારથી જ નક્કી કરી લે કે તારે કોને ત્યાં રહેવું છે? તારાં ભાઈભાભીને ત્યાં તો તારો સમાસ નથી જ થવાનો એ વાત નક્કી જ છે.' રમેશે છેવટની વાત કરી.

ને નવનીતની આંખમાંથી દોસ્તોની આ દિલેરી પર આંસુ સરી પડ્યાં. પેલા બેનેય ભલે લાગે કે પોતે સાવ અંતે આવી ગયેલો છે. ને એની એ ચાલ કામયાબ પણ થઈ. પેલા બેયને લાગ્યું કે એમનો દોસ્ત નવનીત પરદેશથી કમાવાને બદલે થાકીહારીને સાવ ખાલી ખિસ્સે દેશમાં આવ્યો છે. એનાં ભાઈભાભી તો એને આશરો આપવાનાં ન જ હતાં એની એમને ગળા સુધી ખાતરી હતી. એટલે એમણે બને તો એને પોતાના બાપદાદાની મિલકતમાં એનો હિસ્સો અપાવવા અને એ ન મળે ત્યાં સુધી પોતાને ત્યાં એને આશરો આપવાની તૈયારી એમણે મનથી કરી જ લીધી હતી.

'ખરી રીતે તો આપણે પહેલાં મારે ઘેર જઈને ચાપાણી પતાવીને તારા ભાઈ પાસે જવું જોઈએ, પણ તું આટલે વરસે ગામમાં આવે ને સીધો મારે ત્યાં પેટી મૂકે એટલે એમને છટકી જવાનું બહાનું મળી જાય કે પોતાના સગા ભાઈને ત્યાં આવવાને બદલે તું તારા ભાઈબંધોને ત્યાં સીધો ગયો છે તે ત્યાં જ રહે. એટલે આપણે એમને એવું કહેવાની તક આપવી નથી.' રમેશે કહ્યું.

પછી રમેશે જ એની પેટી ઉપાડી લીધી ને બધા નવનીતના મોટાભાઈ અંબુભાઈને ત્યાં જવા નીકળ્યા. હજુ સવારનો જ સમય હતો એટલે અંબુભાઈ અને તેમનો દીકરો જનક ઘેર જ હતા. બધાં હજુ ચાપાણી કરીને હમણાં જ પરવાર્યાં હોય એમ લાગતું હતું. બહાર રવેસીમાં પેટી મૂકતાં રમેશે હાંક પાડીઃ 'સવિતાભાભી, આજે તો કંસારનું આંધણ મૂકજો. તમારો દિયર નવનીત વિલાયતથી આવ્યો છે.'

ને ઘડીમાં તો અંબુભાઈના ઘર પાસે આખું ફળિયું એકઠું થઈ ગયું. ઘરમાંથી જેટલાં હતાં એટલાં બધાંય જાણે કોઈ નવતર પ્રાણી ફળિયામાં ઘૂસી આવ્યું હોય એમ બહાર આવી નવનીત સામે તાકી રહ્યાં. નવનીતના હાલહવાલ

જોતાં મોટાભાઈને સમજાઈ ગયું કે નવનીત પરદેશથી કશું કમાઈને આવ્યો હોય એમ લાગતું નથી.

'આટલે વરસે એને ગામમાં આવવાનું સૂઝ્યું? આટલાં વરસ થયાં નહીં કાગળ કે પત્તર. કદી એના મનમાં એમેય થયું છે કે મોટો ભાઈ જીવે છે કે મરી ગયો છે? અમેય પછી તો એના નામનું નાહી નાખ્યું છે. મોટે ઉપાડે આફ્રિકા કમાવા ગયો હતો તે લાવ્યો હશે ને કમાઈને તે ખાશે. અમારે એની કમાઈ ક્યાં ખાવી છે?'

'એમ કેમ બોલો છો મોટાભાઈ? હું કમાઈને આવ્યો હોત તો આખા ઘરને નિરાંત જ હતી ને. એટલે તો હું બહાર નીકળ્યો હતો.'

'ને ભાઈ, બહાર નીકળે એ બધા ઓછા કમાઈને આવે છે? કોઈને નસીબ સામું થાય તો નાય કમાવાય. આપણે ખેતીમાંય ક્યાં એવું થતું નથી? આટલે વરસેય એને પોતાનું ગામ અને ભાઈભાભી સાંભર્યાં ને!' રમેશે મમરો મૂક્યો.

'આટલે વરસે ગામમાં આવ્યો તે એનો પગ ઘેર આવતાં પાછો પડતો હતો પણ મેં ને રમેશે એને ચબૂતરીએથી પકડ્યો. અમે કહ્યું ક્યાં પારકે ઘેર જવું છે તે છપાય છે? તારે તો તારે ઘેર જ જવાનું છે ને તારાં ભાઈભાભી બેઠાં છે તારી કાળજી લેવાવાળાં. એટલે એને હાથ પકડીને ખેંચી લાવ્યા.' મનહરેય રમેશની વાતમાં ટેકો પુરાવ્યો.

'તે પગ તો પાછો પડે જ ને. ઘરમાં આટલા અવસર ગયા કદી કાગળની ચબરખીય લખી હોય તો ઘેર આવે ને! એ જાતે આવ્યો હોય કે એને તમે ઢહૈડીને લઈ આવ્યા હોય પણ મારા ઘરમાં તો એ નહીં જ. એને જવું હોય તો નાનાને ત્યાં જાય એને ત્યાં વસ્તી ઓછી છે. એને ગમે તો એ એને રાખે.' અંબુભાઈએ કાને હાથ દઈ દીધા.

'તમે મોટા છો ને નવનીત તમારો ભાઈ છે. તમારે જે કરવું હોય એ કરો. અમે તો ભાઈ આ બે પગલાં સાથે ચાલ્યા આવ્યા. અમે તો જઈએ છીએ. ને નવનીત, તું નહીધોઈને પરવારે પછી અમે આવીશું પાછા. રહે તારા ભાઈની સાથે. તમે ત્રણેય ભાઈઓ મળી લો પછી અમે આવીશું ને તારે કશે જવું હશે તો સંગાથે જઈશું. પછી કાલે સાંજે મારે ત્યાં જમવા આવજે.' કહેતાં રમેશ નવનીત સામે આંખ મીંચકારીને પોતાના ઘર તરફ ચાલ્યો.

'તે આનેય તારી સાથે લેતો જા ને, મોટે ઉપાડે એની પેટી ઊંચકીને આવ્યો છું તે.'

'હું તો એનો બાળપણનો દોસ્ત છું તે મટી જવાનો નથી. પણ ગામમાં તમારા જેવા એના મોટાભાઈ બેઠા હોય ને એ મારે ત્યાં રહે તો એમાં એનુંય સારું ન દેખાય કે તમારુંય સારું ન દેખાય. હા, હું એને મલવા આવીશ ને એને

બહાર જવું હશે તો બહાર ફરવા પણ એને સાથે લઈ જઈશ. બાકી એને રહેવાનું તો તમારી સાથે જ વધારે શોભે.' કહેતાં એ ગયો ને એની પાછળ મનહર પણ ચાલ્યો. ને નવનીત વગર કહ્યે જ રવેસીમાં હીંચકા પર બેસી પડ્યો. એને ભાઈનું આ રૂપ આજે જ જોવા મળ્યું હતું.

એ જ્યારે વડોદરા કૉલેજમાં ભણવા ગયો ત્યારેય મોટાભાઈએ એનો વિરોધ કરેલો ને એને ખેતીમાં જ પલોટાઈ જવાની સલાહ આપેલી. પણ તે વખતે તો બાપા જીવતા હતા એટલે મોટાભાઈનું કશું ચાલેલું નહીં. પણ પોતે જ્યારે કૉલેજમાં નાપાસ થઈને ઘેર આવેલો ત્યારે એમનું ચઢી વાગેલું. એમણે બે વરસના એના ભણવાના ખર્ચા પોતે પેટે પાટા બાંધીને કર્યા હતા એમ આખા ગામને વગાડી વગાડીને કહેલું અને એને પાણીથીય પાતળો કરી નાખેલો. આજે નવનીતને એ બધું ફરીથી તાજું થઈ ગયું.

એમના આવા વ્યવહારથી તંગ આવીને તો નવનીતે ઘર છોડીને તો આફ્રિકાની વાટ પકડી હતી. ને એટલે પગભર થયા પછીય એણે કદી ગામ સંભાર્યું ન હતું ને!

પણ હજુ એને ભાભીનો નવો પરિચય કરવાનો તો બાકી જ હતો. એમણે એને પ્રત્યક્ષ તો હજુ કશું કહ્યું ન હતું પણ ઘરને ખૂણે પોતાના દીકરાની વહુને નવનીત વિશે કેટલુંય કહી નાખ્યું હતું. 'એને કાકા, કાકા કરીને બહુ વરસી જવા જેવું નથી. એને હાથ આલીએ તો પોંચું પકડશે. એવાને તો આઘેથી જ નમસ્કાર સારા. મારી એ વાત ધ્યાનમાં રાખજે.' એણે વહુને છેવટનો ગુરુમંત્ર આપ્યો.

'આજે જ આયા છો તે ભલે આજનો દા'ડો અહીં પડી રહો, પણ કાલથી તમારા રહેવાની જગ્યા તમારી જાતે શોધી લેજો. ને ખાવાની વ્યવસ્થાય કરી લેજો. અમે અમારાં કામકાજમાંથી જ ઊંચાં નથી આવતાં ત્યાં તમારી ગોદ નહીં વેઠાય.' બહાર આવતાં સવિતાભાભીએ ધડાકો કર્યો. ને મનમાં ગમતું હતું એટલે મોટાભાઈએ એમને ટોક્યાં પણ નહીં. નવનીત મૂંગે મોંએ આ તાલ જોઈ રહ્યો. એને મનમાં થયું કે એ ભાઈભાભીને કોઈ એમ કહે કે જેની એમને ગોદ પડતી હતી એ નવનીત-એમનો દિયર મુફલિસ નહીં પણ કરોડપતિ અને આબરૂદાર માણસ હતો, તો?

પણ આજે તો એણે મનમાં જે યોજના ઘડી રાખી હતી એને વળગી રહીને એને બધાંનું પારખું કરવું હતું. એણે મનથી જ નકકી કરી મૂક્યું હતું કે વધારે નહીં તો એક મહિનો તો જે થાય તે મૂંગે મોંએ જોયા જ કરવું.

બપોરે કંસાર તો એક બાજુએ રહ્યો પણ સવિતાભાભીએ છણકો કરીને એને ખીચડી ને કઢી આપ્યાં એ એણે નીચી મૂંડીએ ને વગર બોલ્યે ખાવા માંડ્યાં. ભાભીનું વચનામૃત તો એ ખાતો હતો ત્યારેય ચાલુ જ હતું: 'તમારા ભાઈ રહ્યા મોટા એટલે એમને ઘરના ને બહારના બધા વહેવાર સંભાળવાના. વળી

એમની ઉંમર થઈ ને એમનાથી નથી થતું તોય ખેતીમાંય છોકરાને ટેકો કરવો પડે છે. કેટલી મહેનત કરીએ છીએ ત્યારે સાંજે રોટલા ભેગાં થઈએ છીએ. તમારે ફક્કડ ગિરધારીને છે કશી ચિંતા? મારું માનો તો કાલ્યે હવારે જ શહેરમાં જતા રહો ને કોઈ નાનીમોટી નોકરી શોધી કાઢો. બાકી અહીં આધાર વગરના પડી રહેશો તો ટાંટિયા ઘસીને મરી જશો તોય કોઈ તમારી ચાકરી નહીં કરે.'

'એવું કેમ કહો છો, ભાભી? અહીં તમે છો, દીનુ છે. વખત છે ને મને કંઈક થઈ જાય તોય મનમાં ધરપત રહે કે મારી કાળજી લેવાવાળા બે ભાઈઓ બેઠા છે. ત્યાં શહેરમાં મારું કોણ?'

'એવું ડહાપણ આફ્રિકા ગયો ત્યારે કંઈ ગયું હતું? ત્યારે તો હું ના ના કહેતો રહ્યો ને ગયો હતો આભા લાડુ લેવા. ત્યાં કોણ હતું તારી કાળજી લેવાવાળું?' મોટાભાઈએ પણ ભાભીના જેવા જ સૂરમાં ગાવા માંડ્યું. નવનીતને ખાતરી થઈ ગઈ કે અહીં કોઈ એને સંઘરવા તૈયાર નહોતું.

'અહીં કોઈ કાળજી લે કે ન લે પણ હવે તો પાછલી જિંદગી અહીં ગામમાં જ રહેવાનું નક્કી કર્યું છે. જેમ તમે કરો છો એમ હુંય ખેતી કરીશ.'

'તે ખેતીય કુંવર, ક્યાં કરશો, ગામના ચરામાં? જમીન વગર ખેતી શેમાં કરશો?' મોટાભાઈએ પોત પ્રકાશ્યું.

'આપણી જમીનમાંથી તમે બેય થઈને મને થોડી જમીન કાઢી આપજો, બાકીની કોઈની ભાગે ખેડવા લઈ લઈશ.'

એની આવી વાતથી અંબુભાઈ ચમકી ગયા. જ્યારથી એ ઘરનો ઉંમરો ચઢ્યો ને એના દિદાર જોયા ત્યારથી જ એમના મનમાં ઊગી નીકળ્યું હતું કે આવોએ અંતે આવી ગયેલો છે ને હવે ઘર ને જમીનમાં પોતાનો ભાગ લેવા આવ્યો છે.

એમણે નવનીતના આફ્રિકા જતા રહ્યા પછી પાંચસાત વરસ રાહ જોઈ હતી પણ જ્યારે એના તરફથી કશા સમાચાર આવ્યા નહીં ત્યારે એમણે માની લીધું કે એ હવે પાછો ન આવવાની ગણતરી સાથે જ ચાલ્યો ગયો હશે કે પછી અકાળે કાળનો કોળિયો થઈ ગયો હશે.

પછી એક દિવસ એમણે અને નાના ભાઈ દીનુએ ચોરે જઈને નવનીત બિનવારસ ગુજરી ગયો છે એમ લખાવી જમીનમાંથી એનું નામ કમી કરાવી નાખ્યું હતું. હવે એ બિનવારસ ગુજરી ગયેલો ભાઈ સામો આવીને ઊભો રહી જાય તો અંબુભાઈના તો મોતિયા જ મરી જાય ને! ને આ તો પાછો 'આપણી જમીન' કહીને જમીનમાં એનો હક પાકો કરતો હતો.

'આપણી જમીન, એટલે તું કહેવા શું માગે છે? અલ્યા, કદી તેં એની વાડ કરી છે કે એમાં હુડ કર્યું છે કે કદી તેં એનું ભરથિયું ભર્યું છે? પછી કયે મોઢે તું આપણી જમીન કહે છે? ચોરામાં જઈને જોઈ આવજે, એમાં તો તારું નામેય

નથી. તું લાખ માથાં પછાડીશ તોય તારું કશું વળવાનું નથી. આખા ગામને ખબર છે કે મેં ને દીનુએ એની સાચવણી કરી છે ત્યારે જમીન રહી છે. તારી જેમ બહાર નીકળી ગયેલા કેટલાયની જમીનો ખેડ હકમાં બીજી નાતવાળાએ પડાવી લીધી છે.'

'અને આજે તમે સગા ભાઈ થઈને મારી જમીન એવી રીતે જ પડાવી લેવા માગો છો એમ જ ને?'

'એમાં પડાવી લેવાની વાત ક્યાં આવી? અમારો એમાં હક ન હતો?'

'જેમ તમારો હક હતો એમ મારોય હક હતો જ ને?'

'લાખ વાતની એક વાત કે આજે એ જમીનમાં ક્યાંય તારું નામેય નથી કે તારો હકેય નથી. તારે ભાગ જોઈતો હોય તો કોરટના દરવાજા ખૂલ્લા છે.' અંબુભાઈ છેલ્લે પાટલે જઈ બેઠા.

બેય ખાઈને ઊઠ્યા ત્યાં દીનુ આવી પહોંચ્યો. એણે નવનીતના હાલ જોઈ અફસોસ વ્યક્ત કર્યો. થોડી આમ તેમની વાતો કર્યા પછી અંબુભાઈએ દીનુને ઈશારો કરી અંદર મસલત માટે બોલાવ્યો. નવનીત આ જોઈ મનમાં જ મલકાઈ રહ્યો હતો. એ મનમાં જ વિચારતો હતો કે આ તો સારું હતું કે પોતાની પાસે મબલખ પૈસો હતો. પણ જેવો પોતે અત્યારે દેખાવ કરતો હતો એવો જ મુફલિસ હોત અને ભાઈઓનો સહારો શોધતો આવ્યો હોત તો પોતાની શી દશા થઈ હોત! એણે મનમાં જ નક્કી કરી લીધું કે એ બેયને એમની આ કરણીનો બદલ પાઠ તો ભણાવવો જ.

અંદર અંબુભાઈ દીનુને સમજાવતા હતાઃ 'એ આવ્યો ત્યારથી જ મને લાગવા માંડ્યું છે કે પડ્યો પોદળો ધૂળ લીધા વગર ઊપડવાનો નથી. હમણાં તો મેં એને દબડાવ્યો છે પણ ગામમાંય કંઈ બધા આપણી વગના નથી. કોઈક તો એને ચઢાવશે જ.

મારાથી અને તારી ભાભીથી ઉતાવળમાં તોછડું બોલાઈ ગયું છે. એનો તો કશો ઉપાય નથી પણ તું વાતને વાળી લેજે ને પેટમાં પેસી જજે. કળે કળે કરીને એને પટાવજે. આપણે એને જેમ બને તેમ ઓછું આપવું પડે એમ કરવું છે. એને ઘર અને જમીનના મળીને પચીસ હજાર આપીએ તો મને લાગે છે કે માની જશે. પણ આપણે દશ હજારથી વાત મૂકવી. પછી વીસ કે પચીસ હજારમાં તોડ મૂકવો.'

'એના કરતાં આપણે ગામના પાંચ આગેવાનોને બોલાવીને એમને સામે બેસાડીને તોડ મૂકીએ તો વધુ સારું નહીં?' દીનુએ કહ્યું. એ મોટાભાઈ કરતાં જુદા જ સ્વભાવનો હતો.

'અલ્યા, ગાંડાનાં તે કાંઈ ગામ વસતાં હશે! જો એમ કરવા જઈએ તો કાં તો આપણે એને તેર વીઘાં જમીન અને ડહેલાવાળું ઘર આપી દેવાં પડે ને એમ

ના કરવું હોય તો એને લાખ રૂપિયા રોકડા આપવા પડે.'

'પણ એમનો હક થતો હોય તો શું થાય? ને આપણે એમના ગુજરી ગયાની જે કબૂલાત ચોરામાં કરી છે એ વાત બહાર આવે તો શું? મને તો અત્યારથી જ એની ચિંતા થવા માંડી છે.' દીનુનો ગભરાટ બોલી ઊઠ્યો.

'એમ ગભરાઈ ગયે કાંઈ ચાલે? તું તારે એની સાથે સારો વહેવાર રાખજે. એ કેટલા પાણીમાં રમે છે એ એની મેળે બહાર આવશે. એને પચીસ હજારની અંદર પતાવવાની જવાબદારી મારી. હું જેમ કહું એમ તું કરતો જા એટલે બસ.'

દીનુને અંબુભાઈની વાતમાં ઝાઝી ગમ પડતી ન હતી પણ એક વખત મોટાભાઈની ચઢવણીએ, એમની સાથે ચોરે જઈ એણે એમની 'હા'માં 'હા' કરી હતી એ નડવાની હતી એમ એને લાગતું હતું. એ મનમાં એ જ વાતથી ગભરાઈ રહ્યો હતો. એનામાં એના મોટાભાઈ જેવી વૃત્તિ ન હતી. એને ભાગ આપવો પડે એ વાતનો ડર ન હતો.

થોડી વારે બેય બહાર આવ્યા. નવનીતને તો મનમાં ખાતરી જ હતી કે પોતાને કેમ પાછો પાડવો એની જ એમણે મસલત કરી હશે. એ મનોમન હસી રહ્યો હતો. એણે વિચાર્યું કે મોટાભાઈએ એને આવકાર આપ્યો હોત અને હિંમત ન હારવાની માત્ર ભાવના જ વ્યક્ત કરી હોત તો પોતે એમની જમીનમાં ક્યાં ભાગ માગવાનો હતો? પણ એમના પેટમાં જ પાપ હતું એટલે એમણે પોતાના આવવાનો અવળો જ અર્થ કર્યો અને રમેશ અને મનહરની સામે પોતાને ઉતારી પાડ્યો. નવનીતને પોતાનું એ અપમાન હાડોહાડ લાગી ગયું હતું.

'તું અચાનક આવ્યો ને ઘરની જફાથી હું ને તારી ભાભી થાકેલાં એટલે કશું બોલ્યાં હોઈએ એનું ખોટું ના લગાડતો. તું અમારો ભાઈ છું એ મટી જવાનો નથી. દીનુ કહે છે કે એને ત્યાં તને વધારે ગોઠશે. એટલે હમણાં તું એને ત્યાં રહેવાનું રાખ. ત્યાં સુધીમાં તને શાંતિનો રોટલો મળી રહે એવી વ્યવસ્થા કરી દઈશું.' અંબુભાઈએ પવન જોઈને સુકાન મરડ્યું.

'મારા મનમાં એવું કશું છે જ નહીં. પણ મને રહેવાનું તો રમેશને ત્યાં જ ફાવશે. સવારે અહીં આવતા પહેલાં એ બહુ વળગ્યો હતો પણ મારું મન તમને મળવાનું હતું એટલે મેં એનું કહેવું માન્યું ન હતું. ભાભીએ કહ્યા પછી મને લાગે છે કે તમારા કે દીનુના ઘરમાં રહું એના કરતાં રમેશને ઘેર રહું તો આપણને બધાંને અનુકૂળ પડશે. તમને મળવા તો હું રોજ આવ્યા જ કરીશ.' નવનીતે મોટાભાઈને તાઢો ડામ દીધો.

'પણ અમે હોઈએ ને તમે રમેશભાઈને ત્યાં રહો તો એમાં અમારું ને તમારું બેયનું ખોટું દેખાય.' દીનુએ એનો મરડાટ પારખી જતાં વાતને વાળી લેવા કહ્યું.

૨. સમણાં શૈશવનાં

રમેશના ઘરમાં પેસતાં જ નવનીતને ખબર પડી ગઈ કે પોતે પરદેશ કમાવા માટે ગયો હતો પણ ત્યાંથી સાવ લૂખ્ખો જ પાછો આવ્યો છે એ વાત આખા ગામમાં જાણીતી થઈ ગઈ છે. એણે પોતે જ એવી હવા જમાવવાનું નકકી કર્યું હતું એટલે એમાં એને કાંઈ શરમાવા જેવું ન લાગ્યું. નવનીત આફ્રિકા ગયો તે પછી રમેશ પરણ્યો હતો એટલે એનાં પત્ની કે બાળકોનો એને પરિચય ન હતો. પણ એને એ ઘેરથી જે આવકાર અને ભાવ મળ્યાં એ એને પુલકિત કરી ગયાં. એ પોતાના ભાઈભાભીના અને રમેશના પરિવારના વ્યવહારની સરખામણી મનોમન કરી રહ્યો.

એક તરફ પોતાના સગા ભાઈને ત્યાંથી પોતાને જે રીતે હડધૂત થવું પડ્યું હતું એ જોયા પછી એનાથી પોતાના ભાઈ અને દોસ્ત વચ્ચે આપોઆપ જ આ સરખામણી થઈ ગઈ. રમેશ કે એના કુટુંબ પાસે ઝાઝો જીવ હોય એવું લાગતું ન હતું પણ રમેશનાં પત્ની ભાવના અને એના દીકરાનો સ્વભાવ જોયા પછી એને લાગ્યું કે અહીં એને ગોઠશે.

રમેશનું ઘર હતું તો વિશાળ પણ એમાં બહુ સગવડ ન હતી. રમેશ ખેતી પર જ નભતો હતો એટલે ઘરમાં આધુનિક સગવડ કરવાની એને પોસાય તેમ પણ ન હતી.

આ સમય દરમિયાન રમેશ અને મનહર તો એની પાસેથી જાણે ખસ્યા જ ન હતા પણ ગામમાં વાત પ્રસરતાં બીજા બેત્રણ દોસ્તોય નવનીતને મળવા આવી ગયા હતા અને પોતાને લાયક કોઈ કામ હોય તો જણાવવા કહી ગયા હતા.

બપોરની ચા પતાવી બધા બહાર ફરવા નીકળ્યા. ધોયા ભાગોળે જઈ ચોતરા પર બેઠા. નવનીતે ખિસ્સામાંથી માર્લબરો સીગારેટનું પાકીટ કાઢ્યું ને બધાને ધર્યું. રમેશ કહેઃ 'ભાઈ, તારી સીગારેટ તને મુબારક. અમારે તો ગણેશ જ ભલી. તારી સીગારેટ પણ સાચવીને પીજે નહીં તો થઈ રહેશે પછી અહીં બજારમાં મલવાની નથી.'

'આ છેલ્લાં પાંચસાત પાકીટ પડ્યાં છે ત્યાં સુધી બધા વહેંચીને પીશું. પછી આપણેય ગણેશવાળી કરીશું. યાદ છે તમને આપણે પેલા રસિક વાણિયાને બીડીઓ માટે કેવો પટાવેલો?'

'અમને કેમ યાદ ન હોય? આવી કરામત કરવામાં આપણે બધા સાથે જ હોઈએ ને?'

'મને હજુ એ આખી રમત યાદ છે. આપણે એને આપણી સોબતમાં

આંબલી પીપળી કરતો કરેલો. પછી એક દિવસ મેળામાં પેલા બબ્બે બીડીઓનાં પડીકાં મફત વહેંચતા હતા ત્યારે આપણે બધાએ મળીને બાવીસ પડીકાં ભેગાં કરી લીધેલાં. મારો બેટો વાણિયો કહે કે મને મારા ભાગનાં પડીકાં આલી દો. એને એની દુકાનમાં વેચવાં હશે. પણ મેં એને બરાબરનો સકંજામાં લીધો.'

'મનહર કહેઃ જો તારે બીડીઓ પીવી હોય તો તને આલી દઈએ. જો, આ પડીકા પર ચોખ્ખું લખ્યું છે કે આ બીડીઓ વેચવા માટે નથી. એટલે વાણિયો ગૂંચવાયો. પણ મારો બેટો કહેઃ મારે પીવા માટે જ જોઈએ છીએ, લાવો. પણ હું એમ છેતરાઉં એવો ક્યાં હતો!' નવનીતે ભૂતકાળ ઉખેડ્યો.

'તેં બે પડીકાં ફડ્યાં ને બધાને એકએક બીડી પકડાવી દીધી ને મેં ગજવામાંથી બાક્સ કાઢીને બધાની બીડીઓ સળગાવી આલી. પછી બેટો વાણિયો જાય ક્યાં? એણેય વટમાં ને વટમાં બીડીના ઉપરા ઉપરી બેત્રણ દમ મારી લીધા. પણ આપણને બધાને ખબર હતી જ કે એવોયે કદી બીડી પીતો નથી.' રમેશે કહ્યું.

'ને પછી તો એને કેવી ઊપડી હતી! એને એવી ઉધરસ ચઢેલી કે એની ચડ્ડીય પલળી ગયેલી. છેવટે ઊલટી થઈ ત્યારે એની ઉધરસ બેઠેલી. પણ પછી તો આપણે એને બીડીઓ પીવાને રવાડે ચઢાવી દીધેલો.'

'એમાં તો આપણને લે'ર પડી ગયેલી પછી. એક દિવસ મનહરે હસવામાં જ એને કહ્યું કે તું બીડીઓ પીએ છે એ તારા બાપાને કહી દઈશ. ને એવોએ એવો તો ગભરાઈ ગયેલો ને મનહરને એમ ન કરવા માટે કેટલા કાલાવાલા કરતો હતો? ને એમાંથી જ આપણને આઈડિયા આવેલો ને, મફતની બીડીઓ પડાવવાનો.'

'એ આઈડિયા મનહરનો હતો. એણે પેલાને કહ્યું કે રોજ એક ઝૂડી બીડીઓ અમને નહીં લાવી આપું તો તારા બાપાને કહી દઈશ. ને પેલો 'હા' 'ના' કરતાં માની ગયો. પછી તો આપણને બધાને મઝા પડી ગયેલી તોય રોજ આપણે બીડીઓનાં ઠૂંઠાં સચવી રાખતા અને એની વરાપ રાતે આવતી, પેલી ઝૂડી ખલાસ થઈ જાય પછી.'

'એય આ મનહરિયાને પાપે જ. એવોએ રોજની અડધી ઝૂડી તો એકલો જ ફૂંકી મારતો હતો. તે અલ્યા હજુય એટલી જ બીડીઓ પીએ છે કે?'

'એને શું પછે છે! મને જ પૂછ ને. એને એના છોકરાએ રોજની એક ઝૂડી બીડી બાંધી આપી છે મહાજનની દુકાનેથી. તોય કદીક તો મારી પાસે માગતો હોય છે. બે વરસ વહેલો મરશે આપણે શું કરીએ? હું તો એને ઘણી વખત ટોકું છું. મારે તો પાંચ બીડીઓમાં દા'ડો પૂરો થઈ જાય છે. કદીક તો એમાંય એકાદ વધ પડે.' રમેશે કહ્યું.

'તે એ રસિક વાણિયો શું કરે છે?'

'એને એના બાપાએ અમદાવાદમાં કોઈની દુકાને નામું શીખવા મૂક્યો હતો. ત્યાં મારો બેટો એ દુકાનના માલિકની છોડીને પટાવીને એની હાર્યે પૈણી ગયો. એ શેઠને આ છોડી વગર બીજો કોઈ વસ્તાર ન હતો એટલે રસિકો જ આખી દુકાનનો માલિક થઈ બેઠો હતો.

'પણ એને સીધા ધંધામાંથી કમાઈને ખાવું જ ક્યાં હતું? એણે દુકાનમાં ધ્યાન ન રાખ્યું ને એ બંધ કરવી પડી. પછી શેઠે એને કોઈની ભાગીદારીમાં પ્લાસ્ટીકની ફેક્ટરી કરી આપી. એમાંય એ ના સંધાયો. આવતે મહિને હું તને અમદાવાદ લઈ જઈશ એને મળવા.' રમેશે કહ્યું.

એણે અમદાવાદ જવામાં એક મહિનાની મુદત મારી એટલે નવનીતને એની આર્થિક સ્થિતિનો અંદાજ આવી ગયો. એણે પોતાને એને ઘેર રહેવા બોલાવ્યો હતો. એની બૈરી અને એના દીકરાના સ્વભાવ સારા હતા એટલે નવનીતને એમને ત્યાં રહેવામાં એ લોકો કશી તકલીફ પડવા દે એવાં પણ ન હતાં. છતાં વધારે નહીં તો એક અઠવાડિયા સુધી તો એમને નાણી જોવાનું નવનીતે મનથી નકકી કરી લીધું.

તો બીજી બાજુ એક અઠવાડિયાની મુદત તો એણે મારી પણ મન એનું ઝાલ્યું રહેતું ન હતું. એના મનમાં થયા કરતું હતું કે આ મોઘવારી અને દીકરા અને તેની વહુઓને પનારે પડેલા આધેડ રમેશ અને મનહરની દોસ્તીનો કયાસ કાઢવા જતાં કયાંક મનની થોડી શાંતિ છે એય ખોવાની વેળા ન આવે તો સારું. ભાઈઓ સાથે તો ખોટી કડવાશ વહોરી બેઠો હતો જ ને!

તોય બીજે દિવસે એણે ઘેરથી બહાર નીકળતા પહેલાં રમેશની પત્ની ભાવના પાસે મરચું, મીઠું ને મોરસ ભેગાં કરાવીને મસાલો તૈયાર કરાવ્યો અને એનું પડીકું વાળી એને સાચવીને ગજવામાં મૂકી દીધું. ભાવનાને એનું આવું વર્તન એના ઘડપણના ગાંડપણ જેવું લાગ્યું હોય તોય નવાઈ નહીં. પણ એણે બહાર કશું જણાવા દીધું નહીં. એક તો એ પોતાના ધણીનો દોસ્ત હતો અને ચાલીસ વરસે આવ્યો હતો. વળી હતાશ થઈને આવ્યો હતો એટલે એના મનમાં જરાય ઓછું ન આવવા દેવાની રમેશની તાકીદ હતી એટલે તો એણે મસાલો બનાવી આપતાં કોઈ સવાલ ન કર્યો ને!

રમેશ અને મનહરને તો મસાલાની આ વાતની ખબર જ કયાં હતી? બધા ઘેરથી નીકળી ભાગોળે પહોંચ્યા અને ચોતરા પર બેઠા. નવનીતે સિગારેટ કાઢી ને બેયને એકએક આપી. એને ના કહેવાનો વિચાર પડતો મૂકીને બેય જણાએ એ લઈ લીધી અને સળગાવી.

'આપણે કંકાવટીની પાળે કેટલી બધી પીપળો રોપી હતી? એ બધી કયાં ગઈ?' નવનીતે પાછો ભૂતકાળ ઉખેડ્યો.

'જવાની તો કંઈ હતી? કેટલીક પડી ગઈ ને બીજી હતી તે પંચાયતે આ પાળી કરાવી ત્યારે હરાજી કરીને વેચી દીધી. કેટલીક તો ઢોરાંએ ખંજવાળીને

પહેલેથી જ નમાવી દીધી હતી એટલે એવી તો નમી ગઈ હતી કે જાણે ઊભા ઊભા જ એના પર ચઢી જવાય. છોકરાં એના પર ચઢીને કંકાવટીમાં ભુસકા મારતાં હતાં આપણી જેમ.' મનહર પણ નવનીતની સાથે ભૂતકાળમાં ખેંચાતાં બોલ્યો.

'આ બેચાર નાની નાની પીપળો છે એ પાછળથી ઉછેરેલી લાગે છે. એ કોણે ઉછેરી?'

'વહોરાનો એક છોકરો છે એણે. આમ તો એ ભંગારની લારી ફેરવતો હતો પણ એનેય આપણી જેમ લગની લાગી હતી કે ઝાડ ઉછેરવાં. હોળીનાં લાકડાં કાપવા આપણાં છોકરાં ભેગાં થાય ત્યારે એ એમાં ભળી જતો. પછી પીપળનાં કોઢીના દસ્તા જેવાં બેચાર ડાળખાં જુદાં કઢાવી લેતો. જાતે ખાડા કરતો ને જાતે જ રોપતો.'

'અલ્યા, વહોરાનો છોકરો!' નવનીતને આશ્ચર્ય થયું.

'અરે એટલું જ પૂરતું નથી. એવોએ ગજવામાં સૂડી રાખતો ને બાવળીમાંથી નાનાં નાનાં ઝૈડાં કાપીને એ રોપેલી પીપળોનાં વાડોલાંય કરતો. એને શરૂમાં પાણી પાવું પડે એય એ જ પાતો. એણે એને માટેય યુક્તિ કરેલી. જો હાથમાં ડોલ લઈને નીકળે તો ગામમાં છોકરાં એની મશ્કરી કરે એટલે એ ગજવામાં પ્લાસ્ટીકની એક થેલી ઘાલીને ભાગોળે આવતો ને કંકાવટીમાંથી એ થેલીમાં પાણી ભરી લાવી એ પીપળોને પાણી પાતો.'

'તે એને એનો બદલો મળી ગયો ને! કહેવાય છે કે સતયુગમાં સો વરસ તપ કરો ત્યારે બદલો મળતો હતો પણ એને તો આ કળિયુગમાં પાંચ વરસમાં જ બદલો મળી ગયો. એક વખત લોટરીના એક વેપારીએ એને પરાણે એક રૂપિયાની લોટરીની ટિકીટ વળગાડી ને આને તો એક લાખ રૂપિયાની લોટરી લાગી. બોલો, ભલાનો ભગવાન છે કે નહીં?' મનહરે કહ્યું.

'મારે એ છોકરાને જોવો પડશે. હજુ ગામમાં જ છે કે બહાર નીકળી ગયો છે?'

'અરે, ગામમાં જ છે ને પેલા પૈસા ઠેકાણે મૂકીને હજુય લારી જ ફેરવે છે. હું તને બતાવીશ કાલે કે પરમ દિવસ.'

'તમને યાદ છે આપણે નાના હતા ત્યારે પીપળના ટેટા ખાતા હતા? એને બપૈયાંની વાડીમાં છેંડું પાડીને સાખો ખતા'તા એ? આપણા ગજવામાં કાયમ મસાલાની ડબ્બી અને પીજનું ચપ્પુય રાખતા હતા?'

'તને કદાચ બહાર ગયો એટલે યાદ ન હોય પણ અમારે તો રોજ એ પીપળ ને રોજ એ બપોયાની વાડી જોવાનાં એટલે જેટલા વખત એ બાજુ નીકળીએ એટલા વખત એ નાનપણનાં કરતૂક યાદ આવ્યા જ કરે.' રમેશે કહ્યું.

'તે હવે કદી પીપળના ટેટા ખાવ છો કે નહીં?'

'ગાંડો થયો કે શું? હવે એવાં તોફાન કરાતાં હશે આ ઉંમરે?'

'ના કેમ કરાય? ઊભો રહે હું પીપળ પર ચઢી જાઉં ને થોડા ટેટા તોડી પાડું. તમે બે જણા વીણી લેજો.' કહેતાં નવનીતે પાટલૂનની બાંયો ચઢાવવા માંડી. ને પેલા બેય ગભરાઈ ગયા. એમને થયું કે નવનીતનું ચસ્કી તો નથી ગયું ને!

'અલ્યા, તારી તો ગત ગઈ છે કે શું? એવાં બધાં તોફાન-મસ્તી તો નાનપણમાં શોભે. અત્યારે આપણને કોઈ પીપળ પર ચઢી ટેટા પાડતા જુએ તો કેવું લાગે?'

'જેવું લાગવાનું હોય એવું છો લાગતું. તમને શરમ આવતી હોય તો માંગવાળાને માળે જઈને બેસો ત્યાં સુધીમાં હું ટેટા પાડીને આવી પહોંચું છું. આજે હું ટેટા ખાધા વગર રહેવાનો નથી એ વાત નકકી.' નવનીતે કહ્યું ને પીપળ પર ચઢવા ગયો.

'તું ઘડીક થોભ હું તને ટેટા પડાવી આલુ છું.' કહેતાં રમેશે નજીકના ખેતરમાં કામ કરતા એના ખેડૂતના છોકરાને બોલાવ્યો ને થોડા ટેટા તોડી લાવી માંગવાળે છાપરી પર આપી જવા કહ્યું. ને બધા માંગવાળા તરફ ઊપડ્યા. ને પેલો છોકરોય એમને પીપળના ટેટા શું કરવા હશે એવું મનમાં વિચારતો ટેટા પાડવા પીપળ પર ચઢ્યો.

'તને નવાઈ નવાઈના તુકકા સૂઝે છે પણ ગામમાં કોઈ આ વાત જાણશે તો આપણે શરમાવાનું થશે.'

'એમાં શરમાવાનું શું? તમે બેય ઘરડા થઈ ગયા હો તો તમે જાણો પણ હું તો અહીંથી ગયો ત્યારે હતો એવડો ને એવડો જ પાછો આવ્યો છું. મારે તો આપણી નાનપણની બધી વાતો તાજી કરવી છે.' નવનીતે ચોખવટ કરી.

'તે તાજી કર ને. પણ આવી વાતો તો યાદ કરીને તાજી કરવાની હોય. આમ કાછડો વાળીને પીપળ પર ચઢી જઈને તાજી કરવાની ના હોય.' મનહરે એને સમજાવવા પ્રયત્ન કરતાં કહ્યું.

'તમે બેય મને ફકત એક અઠવાડિયાની મુદત આપો. એમાં મારે જે કરવું છે એ કરી લેવા દો. પછી આપણે એક દિવસ અમદાવાદ જઈ આવીએ પછી બધાં તોફાન મસ્તી બંધ, બસ? ત્યાં સુધી તમારે મને એક અક્ષરેય ન કહેવો.' નવનીતે પેલા બેયને બાંધતાં કહ્યું.

'પણ આવા ચાળા કરવામાં તને શી મઝા પડે છે એ જ મને નથી સમજાતું?' રમેશે કહ્યું.

'તને નહીં સમજાય પણ છેલ્લા બે મહિનાથી હું ગામમાં આવવાની તૈયારી કરતો હતો ત્યારથી જ મેં આ બધું યાદ કરી કરીને પાકું કરી રાખ્યું છે. મેં મનથી નકકી કરી જ મૂકયું હતું કે ગામમાં જઈને બધું ફરી તાજું કરવું છે.

તમને એવું બધું ફરી તાજું કરવાનું મન નથી થતું?' નવનીતે પૂછ્યું.

'અમનેય કદીક એવી વેળ ઊપડે છે ખરી પણ ઉંમરનો ખ્યાલ કરીને ફક્ત વાતો કરી નાનપણને તાજું કરી લઈએ છીએ. તારી જેમ આ પીપળ પર ચઢીને ટેટા તોડવાનું અમે સાહસ નથી કરતા.'

'પણ એમાં તો શી મઝા આવે? એના કરતાં હું બેચાર દિવસ તમને એ બધી મઝા લાઈવ કરાવું એ જોયા કરજો. પછી જોજો કે તમનેય મારી સાથે જોડાઈ જવાનું મન થાય છે કે નહીં.' નવનીતે કહ્યું.

'તારી એ મઝા તને જ મુબારક, પણ દોસ્ત અમારી આબરૂનોય વિચાર કરજે. તને કદાચ આવું બધું શોભે. કોક કહેશે કે પરદેશ ખેડીને આવ્યો છે તે આવાં અટકચાળાં કરે છે પણ અમને તો લોકો ફોલી જ ખાય. કહેશે કે બેયની સાઠે બુધ્ધિ નાઠી છે.'

'સાઠ તો મનેય ક્યાં નથી થયાં? પણ એમ લોકો આમ કહેશે ને લોકો તેમ કહેશે કરીને મનના ઉમળકા મનમાં જ સમાવી દેવાનું તો ભાઈ આપણાથી નહીં બને.' નવનીતે સ્વપ્નઘેલી આંખે કહ્યું. પેલા બેને એની આવી ઘેલી વાતોથી લાગ્યું કે બધેથી થાકીને આવ્યાથી એના મગજની કમાન થોડી છટકી છે.

ત્યાં પેલો ભીલનો છોકરો પીપળના બશેરેક ટેટા લઈને આવી પહોંચ્યો. એ ગયો પછી મનહરને અચાનક યાદ આવ્યું, મસાલાનું. 'પાછો તું કહીશ કે ઘેરથી મસાલો લઈ આવો.'

'ના, એવું નહીં કહું.' કહેતાં નવનીતે ખિસ્સામાંથી મસાલાનું પડીકું કાઢ્યું તો પેલા બેય તો એની સામે અચરજથી તાકી જ રહ્યા.

'તે આ મસાલોય તું અહીંથી ગયો ત્યારનો તો નથી સાચવી રાખ્યો ને?' રમેશે મશ્કરી કરી. એને થયું કે એની જાણ બહાર નવનીત મસાલો કેમનો તૈયાર કરાવી લાવ્યો હશે?

'ના, આ તો હું ભાવનાભાભીને બટર મારીને બનાવરાવી લાવ્યો છું. એમનેય મનમાં ગડભાંજ તો થતી જ હશે કે આપણે આ મસાલાનું શું કરવાના હોઈશું! લો ચાલો, ખાવા માંડો.' કહેતાં એણે ટેટાનાં બે ફાડિયાં કરી. મસાલામાં ખોસી ફડિયાંના ખાડામાં માય એટલો મસાલો ભર્યો ને ખાવા માંડ્યો.

મનહર અને રમેશે પણ એને કમને સાથ આપવા માંડ્યો. પણ બેચાર ટેટા ખાતાં જ એ બેય જણા રંગમાં આવી ગયા. એમનેય વરસોથી વિસરાઈ ગયેલો ટેટાનો સ્વાદ તાજો થઈ ગયો. મસાલો પહોંચ્યો ત્યાં સુધી બધાએ ટેટા ખાધા કર્યા. છેવટે કાગળને ખંખેરીનેય નવનીતે છેલ્લો ટેટો પૂરો કર્યો ત્યારે એ હસ્યા સિવાય ન રહી શક્યા.

'તું હજુ એવો ને એવો જ રહ્યો. હજુ બાકી રહ્યું હોય તો કાગળેય ચાટી લે. એમાંય થોડોઘણો મસાલો ચોંટી રહ્યો હશે.' રમેશે કહ્યું.

'મસાલાના ધમધમાટથી જીભ તમતમી ગઈ, પણ પાણી નથી પીવું. આપણે પપૈયાની વાડી ભણી જઈએ. એકાદ હાખ મળી જાય તો મોઢું મીઠું થઈ જાય.' કહેતાં એ પાટલૂન પર હાથ સાફ કરતાં ઊભો થઈ ગયો. પેલા બેયને એને અનુસરવું જ પડ્યું.

વાડી પાસે પહોંચીને નવનીત કહેઃ 'તમે બે જણા વાઘરીને વાતો કરાવો ત્યાં સુધીમાં હું પાછળ છીંડું પાડીને એકબે સાખો તોડી લાવું.'

'જો એવું નથી કરવાનું. આપણે રૂપિયોરોડો આપીને એની પાસે સાખ તોડાવી મંગાવીશું.'

'આપણે કદી પૈસા આપીને પપૈયું ખાધું છે? ને સાચી વાત તો એમ છે કે પૈસા ખરચીને લીધેલા પપૈયામાં એવી મઝાય નથી આવતી.' કહેતાં એ પેલા બે એને રોકે એ પહેલાં સરકી ગયો.

વાડીની ઝાંપલી આગળ જઈ રમેશે લલ્લુ વાઘરીને હાંક મારી. એ આવ્યો એટલે એના હાથમાં બે રૂપિયાની નોટ મૂકતાં એને કહેઃ 'આ બે રૂપિયા રાખ. અમારો એક દોસ્ત હમણાં જ બહારથી આવ્યો છે. એને તારી વાડીમાં ખાતરિયું મૂકીને પપૈયું ચોરીને ખાવું છે તે એ પાછળ છેંડું પાડવા ગયો છે. પણ અમારે તને છેતરવો નથી. એટલે તું આ બે રૂપિયા રાખ. અને મઝા કરવી હોય તો હમણાં સ્હેજ વાર પછી કિલકારી કરીને એની પાછળ પડજે. એનેય ચોરીની મઝા તો ચખાડવી જ જોઈએ ને.'

'રમેશભૈ, આ ચોરીનો ધંધો તો અમારો વાઘરીઓનો. તમારા એ ભાઈબંધને એવું કરવાનો વિચાર કંઈથી થયો?'

'અમે બધા તારા બાપાની વાડીમાંથી એમ જ બપોયાં ખાતા હતા. અમે કદી બપોયાં વેચાતાં લીધાં નથી. આ ભાઈબંધ એમાંનો જ એક છે. જા હવે એને બિવડાવ જરા.'

ને લલ્લુ વાઘરી હાથમાં લાકડી લઈને ઊપડ્યો ને નવનીતની કેવી દશા થાય છે એ જોવા બેય જણા વાડીની પાછળ જવા ઊપડ્યા. એ લોકો હજુ તો વાડીને પાછળને ખૂણે પહોંચ્યા જ હતા ત્યાં લલ્લુ વાઘરીની રાડ સંભળાઈઃ 'કયો પેઠો છે બપોયામાં. ઊભો રે' તને બપોયાં ખવડાવું.'

ને હાથમાં બપોયું લઈ વાડમાંથી કાંટા વાગ્યાની પરવા કર્યા વગર નવનીત જે ભાગ્યો છે. એના પાટલૂનમાં ભરાઈને એક બોરડીનું ઝૈડું પાછળ ખેંચાતું આવતું હતું એનીય એને પરવા ન હતી. ને એની પાછળ ભાગ્યા રમેશ અને મનહર. દોડતા દોડતા બધા છેક રાવઠિયા સુધી પહોંચી ગયા. છેવટે થાકીને એક આંબા નીચે ઊભા રહ્યા.

'કેમ, ખાઈ લીધાં ને બપોયાં? વાઘરીએ કેટલી ઝાપોટી?' રમેશે મજાક કરી.

૨૦ સમણાં

'એ ઝાપોટો ખાય એ બીજા. એણે તો મને જોયો જ નહીં હોય. પણ સાખ ફાઈન લઈ આવ્યો છું. બેસો બેય જણા.' કહેતાં નવનીતે ખિસ્સામાંથી નાનકડું સ્વીઝ નાઈફ કાઢી બપોયાની સરખી છ ચીરિયો કરીને બેયને બબ્બે આપી.

'મારે તો એક જ ચીરી જોઈએ છીએ. તને બહુ તલપ લાગી હતી ચોરીની સાખ ખાવાની તે તું મારા ભાગની એક વધારાની ખાજે. કાંટાય તેં જ વધારે ખાધા છે ને.' મનહરે નવનીતને ઉડાવ્યો.

'એમાં વધારે કે ઓછું ના ચાલે. આપણે ક્યારેય એવું કર્યું છે પહેલાંય?' નવનીતે કહ્યું. એની વાત એટલી સાચી હતી કે પેલા બેમાંથી કોઈ આગળ બોલી જ ન શક્યા. રમેશ મનમાં વિચારવા માંડ્યો હતો કે જો આની સાથે આખો મહિનો રહેવાનું થશે તો એય એને રંગે રંગાઈ જશે.

બપોયું ખાઈને સિગારેટ સળગાવી બધા ઘેર જવા નીકળ્યા. ચરામાં છોકરા ક્રિકેટ રમતા હતા. પેલા બે જણા કાંઈ કહે કે સમજે એ પહેલાં તો નવનીત એમની વચમાં પહોંચી ગયો હતોઃ 'તમારામાં કેપ્ટન કોણ છે?' એણે બોલિંગ કરતા છોકરાને પૂછ્યું.

પેલાએ આંગળી ચીંધી એક છોકરાને બતાવતાં કહ્યુંઃ 'પેલો સુસ્મિત.'

'મને રમવા દેશો તમારી ટીમમાં આજનો દિવસ, સુસ્મિત?' નવનીતે પૂછ્યું.

'તમને આવડે છે રમતાં?'

'તમારા જેવું તો નહીં પણ તમારા જેવડો હતો ત્યારે આ જ ગ્રાઉન્ડ પર રમેલો છું.'

'તો રમો. પણ તમારે મેમ્બરશીપનો એક રૂપિયો આપવો પડશે.' કેપ્ટન હિસાબનો પાકો હતો.

'ભલે આપીશ.' નવનીતે કહ્યું ને પેલાએ એના હાથમાં બેટ પકડાવી દીધું. નવનીત શીખાઉની જેમ બેચાર બોલ રમ્યો. પછી કહેઃ 'આવું ભાગેલું બેટ કેમ રાખો છો? જુઓ એમ કરો કાલે આણંદ જઈને એક સરસ બેટ અને બીજાં સાધનો લઈ આવજો. લો આ રૂપિયા રાખો. પણ પછી હું આવું ત્યારે મને રમવા દેવો પડશે.' કહેતાં તેણે સો રૂપિયાની નોટ કેપ્ટનના હાથમાં પકડાવી દીધી. સોની નોટ જોતાં રમનારા બધાના મોં પર ચમક આવી ગઈ. નવનીતને લાગ્યું કે આવતીકાલને બદલે આજે જ આખી ટીમ સાયકલો લઈને ઊપડશે આણંદ સાધનો લેવા. એય મનમાં મુસ્કુરાઈ રહ્યો.

રમેશ અને મનહરને લાગ્યું કે એમના આ દોસ્તનું ચોક્કસ ચસકી જ ગયું હતું. ઘેર ગયા પછીય નવનીત જ્યારે એમના આજના સાહસની વાતો કરવા માંડ્યો ત્યારે કંટાળીને રમેશે કહેવું પડ્યુંઃ 'ઘરમાં કે ગામમાં કોઈને આવી

વાતો ન કરતો. આ તો આપણી દોસ્તોની વચમાંની વાત છે.'

પણ ત્યાં સુધીમાં તો નવનીત પોતાનાં શૈશવનાં સપનાંમાં ખોવાઈ ગયો હતો. પોતે આ બેય દોસ્તો સાથે મોટાની ચબૂતરીને ઓટલે આજે જાણે બેઠો હોય એમ એ પોતાના અતીતને ઊલેચી રહ્યો હતો. એમનાં કરેલાં કરતૂત એક પછી એક એની નજર સામેથી પસાર થઈ રહ્યાં હતાં. ને એની મઝા માણવા નવનીત ખાઈને તરત જ મેડા પર સૂવા ચાલ્યો ગયો હતો ને!

ગમે તેમ પણ જ્યારે નવનીત સૂવા માટે મેડા પર ગયો ત્યારે રમેશ મનહરને ત્યાં મસલત કરવા ઊપડ્યો. નવનીતનું પૂરેપૂરું ચસકી જાય તે પહેલાં શું કરવું જોઈએ એની ચર્ચા એ મનહર સાથે કરવા માગતો હતો. પણ નવનીત તો પોતાના સબૂત હૈયા સાથે બાળપણનાં સ્મરણો વાગોળવામાં પડી ગયો હતો.

રાતે જ્યારે આખું ગામ ઊંઘી જાય ત્યારેય એમની ત્રણ જણની મંડળી મોટાની ચબૂતરીને ઓટલે બેસી કોને પજવવો એની જ વેતરણમાં પડતી. એવી જ એક રાતે પેલા બચુ વહોરાની કરેલી મજાક યાદ આવી ગઈ. એ વહોરાને ફળિયામાં રસ્તા વચ્ચે ખાટલો ઢાળીને સૂવાની ટેવ હતી. એ રાતે જ્યારે એ ભરઊંઘમાં હતો ત્યારે વઢિયાળી ભેંસનો એક પોદરો લઈને એની સોડમાં એ લોકો મૂકી આવેલા.

પછી ઊંઘમાં આળોટતાં પેલાની આખી ગોદડી ને ઓઢેલી ચાદરેય એ પોદરા સાથે લથપથ થઈ ગયેલી. પાછલી રાતે જ્યારે અચાનક એની આંખ ખૂલી ત્યારે એને મનમાં લાગ્યું કે એનાથી ઊંઘમાં પથારી બગડી ગઈ છે. કોઈ દિવસ નહીં ને આજે આમ કેમ થયું એ વિચારતો એ ગોદડી ને ઓઢવાનું બગલમાં દબાવતો ધોયા ભાગોળે જઈ ધોઈને, નાહીને ભીને કપડે અંધારામા લપાતો છૂપાતો પાછો આવતો હતો ને આ ત્રિપુટી સામી મળી. પછી જે થઈ છે!

તોય એની ફળિયા વચ્ચે ખાટલો ઢાળીને સૂવાની ટેવ ગઈ ન હતી. વળી એક વખત એને પજવવાનો ત્રાગડો રચાયો. એ ભર ઊંઘમાં હતો ને એનો ખાટલો ઊંચકીને તળાવમાં વહેંત જેટલું પાણી હોય એવી જગ્યાએ મૂકી આવ્યા હતા. પણ બધાને મનમાં બીક હતી કે ઊંઘમાંથી જાગીને એ જો સફાળો તળાવની મધ્યમાં ભાગે તો તકલીફ થઈ જાય એમ હતી. એને તરતાં આવડતું ન હતું ને તળાવમાં પાણી બહુ ઊંડું હતું. એટલે એમને એ જાગે ત્યા સુધી એની ચોકી કરતાં સંતાઈ રહેવું પડેલું.

રાતના બે વાગ્યે એ જાગ્યો ને ખાટલામાંથી પગ નીચે મૂકતાં જ એ બૂમ પાડી ઊઠ્યોઃ 'અલ્યા, ધાજો. પૂર આવ્યું છે.' ને એ તળાવના મધ્ય તરફ ભાગ્યો. જો બધાએ દોડીને એને પકડી લીધો ન હોત તો તકલીફ ઊભી થઈ જાત.

ને એક વખત તો મશ્કરી કરવાનું ભારે પડી જાય એવું પણ થતાં રહી ગયું હતું. ગામમાં એક કાઠીયાવાડી દરજી, નામે મોહન. પણ બધા એને માનથી

મોહનભા કહે ને એય ફુલાઈને ફાળકો થઈ જાય. એક વાતનું એ કાયમ ધ્યાન રાખે કે પોતાના નામને હિસાબે પોતાની બેઠક પણ ગામના આગેવાનોની પાસે જ શોભે. વળી ત્યાં જ ચાપાણીની સગવડ પણ સચવાય.

એ કાયમ મનોર મુખીને ત્યાં બેસવા જાય. રોજ રાતે પત્તાંની બાજી મંડાય એમાંય મનોર મુખી એને જ પર્ટનર બનાવે. એને એમાં પોતાનો મોભો વધતો જણાય પણ બાજીમાં ક્યાંક ભૂલ થઈ જાય ત્યારે મનોર મુખી એનેઃ 'સાલા દરજા,' કહીને સંબોધે એય એને કોઠે પડી ગયેલું.

એ વખતે આ ત્રિપુટી નાનામાં ગણાય એટલે એમને હોકા ભરવાની ને ચા મૂકી લાવવાની ફરજ બજાવવી પડે. કદીક કોઈને માટે રાતના બાર વાગ્યે દુકાન ખોલાવીને પાન બનાવડાવીને લઈ આવવાનું પણ એમને માથે આવે.

એવી જ એક રાતે ચાની વેળાએ કોઈકે મુખીને કાનમાં ફૂંક મારીઃ 'આ તમારો દરજી રોજ ચા પીવા તૈયાર થઈ જાય છે પણ ક્યારેય મોઢેથી કહેવા પૂરતુંય એમ કહેતો નથી કે મારે ઘેર ચા પીવા આવો. એને ચામાં એકાદ નેપાળાની ગોળી પીવડાવી દીધી હોય તો જોવાની ખરી ગમ્મત પડે.'

પછી તો ખાનગી મસલત તઈ ને રસિકા વાણિયાના બાપની દુકાન રાતે ખોલાવીને નેપાળાની ત્રણ ગોળીઓ પણ નાસ્તાના ગાંઠિયાની સાથે લઈ આવેલા. પણ એમાના કોઈને નેપાળાની ગોળીનો અનુભવ ન હતો ને ગોળીઓ હતી પણ રાઈના દાણા જેવડી એટલે ચા મૂકતાં મનહર કહેઃ 'એ દરજાના આવડા મોટા પેટમાં એક ગોળીથી કશી અસર નહીં થાય. એને તો ત્રણ કે ચાર ગોળી જોઈશે.' છેવટે ચા મૂકનાર પાર્ટીએ નક્કી કર્યું કે વધારે તો નહીં પણ બે ગોળી તો એની ચામાં ભેળવવી જ.

પછી તો એવી ચા તૈયાર કરી ને મોહનભા દરજીને એમની બનાવેલી સ્પેશિયલ ચાનો કપ હાથમાં પકડાવી દીધો. બહારવાળામાંથી એક દરજી સિવાય બધાને ખબર હતી કે મોહનભાની ચામાં નેપાળાની ગોળી ઓગાળવામાં આવી હતી. હા, બહારવાળા કોઈને ખબર ન હતી કે એમાં કેટલી ગોળીઓ ઓગાળવામાં આવી હતી.

બધાની સાથે મોહનભાએ પણ ચાના સીસકારા બોલાવતાં ચા પીવા માંડી. હજુ તો ચા પીને રકાબી નીચે મૂકતાં જ એમના પેટમા ગુડુડુ શરૂ થઈ ગયું ને કોઈને કશું કહ્યા વગર જ મોહનભા ભાગ્યા જાજરૂ તરફ. બધાને હસવાનું થયું. કોઈક જાણકારે કહ્યુંય ખરું: 'મોહનભાને બહુ જલ્દી અસર થઈ લાગે છે.'

તો વળી બીજા જાણકારે કહ્યું: 'ગરમ ગરમ ચાને લીધે અસર વહેલી જ થાય.'

પણ મોહનભાની તો રેવડી દાણેદાણા થઈ ગઈ હતી. જાજરૂમાંથી બહાર નીકળતાં જ ત્યાંથી જ વળી પાછા જાજરૂમાં એમને પેસી જતા જોઈને બધાએ

એકબીજાને ઈશારો કરીને હસવાનું ટાળવા પ્રયત્ન કર્યો. પછી તો ઘણી વાર સુધી ભા બહાર ન નીકળ્યા એટલે એક જણે જઈને જાજરૂનું બારણું ખખડાવ્યું પણ અંદરથી કશો જવાબ ન મળતાં બધા ગભરાયા. છેવટે બારણું તોડીને બધાએ ભાને બહાર કાઢ્યા. એક જણ દાક્તરને બોલાવવા દોડ્યો. ચા મૂકનારાને કોઈકે પૂછ્યુંઃ 'અલ્યા, ચામાં એક ગોળી નાંખી હતી કે બે?'

પણ બધાનો જવાબ એક સરખો જ હતોઃ 'એક જ.' એમનાથી સાચું બોલાય એમ જ ક્યાં હતું? છેવટે દાક્તર આવ્યા ને ભાને ખાટલે ઘલાવીને દવાખાને લેવડાવ્યા ને ગ્લુકોઝના બટલા ચઢાવીને સવાર સુધી કાળજી લીધી ત્યારે માંડ ઠેકાણે આવ્યા. જો કે બધું બરાબર થઈ ગયા પછી આ ત્રિપુટીએ સાચી વાત કરી દીધી કે એમણે ચામાં બે ગોળી નાખી હતી.

જો દાક્તરની દવા મફક ન આવી હોત ને દરજી મોહનભા ઊકલી ગયા હોત તો કોઈને ખબર પડવાની જ ન હતી કે ચામાં કેટલી ગોળીઓ નેપાળાની નાંખવામાં આવી હતી.

૩. રસિક વાણિયાની વાત

રમેશે રસિક વાણિયાની વાત પૂરી કહી નહીં પણ એ હતી જાણવા જેવી. એને બીડીની લતે ચઢાવ્યો હતો અને એની પાસેથી રોજની એક ઝૂડી બીડી દુકાનેથી ચોરીને લઈ આવવાની કબૂલાત કરાવી હતી ત્યાં સુધીની વાતની તો નવનીતને ખબર હતી પણ એના આફ્રિકા ગયા પછી જે બન્યું હતું એની વાત જાણવાની નવનીતને ઈંતેજારી થાય એ દેખીતું જ હતું. એટલે એક સાંજના મોટાની ચબુતરીને ઓટલે બેઠા હતા ત્યારે મનહરે એની વાત શરૂ કરી એનો સાર આ પ્રમાણે હતોઃ

એના બાપ વરજલાલ શેઠ પણ વાણિયા જ હતા ને! એમને રોજેરોજ દુકાનમાંથી બીડીઓની થતી ચોરીની ગંધ આવી ગઈ. એમણે બેચાર દિવસ જાપતો રાખ્યો એટલે ખબર પડી જ ગઈ કે રસિકો જ બીડીઓ ચોરતો હતો. પણ શેઠ ડાહી માના દીકરા હતા. એમણે રસિકને કશું કહ્યા વગર તપાસ ચાલુ રાખી તો બે વાતો એમના જાણવામાં આવી ગઈ કે રસિક બીડીઓ ચોરીને એના દોસ્તો મનહર તથા રમેશને આપતો હતો. ને બીજી એ વાતની પણ ખબર પડી કે રસિક પણ એમની સોબતે બીડીઓ પીવાને રવાડે ચઢી ગયો હતો. આ વાત બની ત્યારે નવનીત તો આફ્રિકા ચાલ્યો ગયો હતો.

શેઠે રમેશ કે મનહર કે એમનાં માબાપને આ વાત કરવાને બદલે એનો રસ્તો પોતાની વાણિયાશાહી રીતે જ કાઢી લીધો. એમણે રસિકાને પોતાના એક ઓળખીતા સંબંધી નરોતમ શેઠને ત્યાં નામું શીખવા અમદાવાદ મોકલી દીધો. એની બીડી પીવાની લત છૂટે કે ન છૂટે પણ દુકાનમાંથી ચોરી કરવાની લત તો છૂટી જ જશે એમ એમની ગણતરી હશે. એમને તો રસિકને આ દોસ્તદારોથી દૂર કરવો હતો. વળી નામું શીખશે તો ભવિષ્યમાં એને ખપ લાગશે એ પણ ગણતરી હોય.

પણ એમનો આ રસિકો તો એના બાપની ગણતરી કરતાંય સવાયો નીકળ્યો. એનું રહેવાનું ને ખાવાનું પેલા શેઠને ત્યાં જ હતું એમાં એને શેઠની છોકરી મંદા મનમાં વસી ગઈ. એણે મંદાની સાથે તારામૈત્રક રચવા માંડ્યું. પેલી છોકરી પણ વીસીમાં હમણાં જ પ્રવેશેલી એટલે એને પણ રસિકમાં રસ જાગ્યો. પછી તો દેવતા ને દારૂ.

શેઠ દુકાનેથી રસિકને ઘેર ખાવા મોકલે ત્યારે શેઠાણી રોટલી બનાવતાં હોય અને મંદા પીરસતી હોય. કદીક ના ના કરતાં આગ્રહ કરતી મંદાનો હાથ રસિક પકડી લે. પેલી હાથ છોડાવી રસોડામાં સરકી જાય અને રસોડામાં પેસતાં રસિકને ડીંગો બતાવતી જાય.

પછી વાત આગળ વધી. રસિકને શેઠ ઉઘરાણીઓ મોકલે તો એ અને

મંદાને મળવાની તક સાધી લે. શેઠની દુકાન અને ઘર વચ્ચે બહુ અંતર નહીં એટલે રસિક ઉઘરાણીએ જતા પહેલાં ઘર તરફથી નીકળે અને મંદાને ઈશારો કરતો જાય.

કદીક શેઠાણી એને જોઈ જાય તો તે પાણી પીવાનું બહાનું કાઢે તો કદીક બજારમાંથી કશું લાવવાનું હોય તો એ પૂછવા આવ્યાનું બહાનું કાઢે. પછી ઉઘરાણી પતે કે ન પતે બેય જણાં કોઈ જાહેર બાગને ખૂણે બેસીને કલાકેકનો પ્રેમરસ માણી લે.

હા, મહિને બે મહિને એ બહાનું કાઢીને ગામમાં આવે ત્યારે ઝૂડીને બદલે આખું પડીકું બીડીઓ દોસ્તોને આપી જતો. હવે તો એ મોટી દુકાનનો ગુમાસ્તો થયો હતો ને! એના પ્રેમની વાતોય એ પોતાના આ દોસ્તોને કરે.

વાત છાની રાખીનેય ક્યાં સુધી રાખી શકાય? નરોતમ શેઠને કાનેય એના અને પોતાની દીકરી મંદાના પ્રેમપ્રકરણની વાત આવી. એમના મનમાં વિચારોની ઘટમાળ ચાલુ થઈ ગઈ. રામકામાં વરજલાલ શેઠનું નામ સારું. ખાધેપીધેય સુખી ઘર. વળી નાતમાંય એમનો પાટલો પડે. નરોતદાસ શેઠને બીજું જોઈએય શું? વળી એમને તો દીકરી ગણો કે દીકરો આ એક મંદા જ હતી. એમણે બધી બાજુનો વિચાર કરીને એક દિવસ રામકાનો મારગ પકડ્યો. એમણે વરજલાલ શેઠને બધી વાત કરી.

વરજલાલ કહેઃ 'તમે દોસ્ત મટીને વેવાઈ થવાનું વિચાર્યું હોય તો એમાં મારી ના નથી. વળી રસિક તમારે ત્યાં વરસ વંટોળથી તમારી નજર નીચે પલોટાયોય છે. તમને ગમતું આવતું હોય તો અમારે બીજું જોઈએય શું?'

'રસિક બધી રીતે લાયક છે પણ મારે તો જે ગણો એ આ મંદા જ સંતાન છે એટલે કહેતાં જીભ નથી ઊપડતી પણ તમે મારી સ્થિતિ સમજો છો ને!' નરોતમ શેઠે મોઘમ કહ્યું.

'મારેય આ એક જ દીકરો છે પણ અહીં ગામડામાં એનું ભવિષ્ય શું? એનાથી અમારા જેવી લેતીદેતીનો વહેવાર સચવાય પણ નહીં. હવે વરસો ખરાબ આવતાં જાય છે. માણસમાં હવે પહેલાંના જેવી બે આંખોની શરમ રહી નથી. રસિક તમારે ત્યાં રહે એથી અમારો મટી જવાનો નથી. ને અમને એકલું લાગશે તો વારે તહેવારે કે અવસર ટાણે ક્યારેક મહિનો માસ બેય જણાં અમારી સાથે રહી જશે તોય અમને સંતોષ છે.' વરજલાલે કહ્યું.

'તમારું બોલવું સાંભળીને મારી બધી ચિંતાઓ દૂર થઈ ગઈ. અહીં આવતાં આખે રસ્તે મને એ જ વિચાર આવ્યા કરતા હતા.'

'મનેય પહેલાં તો રસિકને ઘર જમાઈ થવા દેવામાં આંચકો લાગતો હતો પણ મેં વિચાર્યું કે અમારી હવે અવસ્થા થઈ પણ તમે તો હજુ જુવાન જેવા છો. જેમ મને દીકરાના ઓરતા હોય એમ તમનેય દીકરીના ઓરતા હોય જ ને!

૨૬ સમણાં

વળી છોકરાંને ગમતું હોય તો અમારે હવે કેટલાં વરસ કાઢવાનાં? આપણું ભેગું કરેલું સાચવીને વાપરશે તો ખાતાંપીતાંય વરસે લાખ રૂપિયાનો એમાં ઉમેરો કરશે. પણ જમાઈ તરીકે નહીં પણ પંડના દીકરાની જેમ એના પર કડપ રાખીને એને કેળવજો.'

વરજલાલને રસિકાને ઠેકાણે પાડવો હતો ને નરોત્તમલાલને આવો કેળવાયેલો ઘરજમાઈ મળતો હતો એટલે વાત પાટે ચઢી ગઈ. બે મહિનામાં જ લગન લેવાયાં ને રસિકલાલ નરોત્તમલાલ શેઠના જમાઈ થઈ ગયા.

પણ રસિકને સીધી રીતે ચાલવું હોય તો ને! એને તો રાતોરાત માલદાર થઈ જવું હતું. એણે જમાઈ બન્યા પછી જમાઈપણું જ કરવા માંડ્યું. સસરાની દુકાન હાથમાં આવ્યા પછી એ તો પૂરો શેઠિયો જ બની ગયો. એણે દુકાન કરતાં બીજા વધારે નફાવાળા ધંધાના હવાઈ તુક્કા લડાવવા માંડ્યા. એના સસરાએ એને સમજાવવા પ્રયત્ન કર્યા પણ એ માને તો ને! છેવટે એના સસરાએ વેવાઈને કાને વાત નાખી. એમણેય એને એમાંથી પાછો વાળવા પ્રયત્ન કર્યો પણ એ ન માન્યો.

એના સસરાએ છેવટે વચલો માર્ગ કાઢ્યો. દુકાની દેખભાળ પોતે હાથમાં લીધી ને કામ કરવા એક માણસ રાખી લીધો. ને પોતે અને રસિકના બાપે પોતાની બચતના લગભગ બધા પૈસા એને એના હવાઈ તુક્કા માટે આપ્યા. એટલા પૈસાથી એના હવાઈ ખ્યાલ મુજબનો ધંધો ન થઈ શકે એવી ઘણી દલીલો એણે કરી પણ પેલા બેયે એની વાત કાને ન ધરી. છેવટે એણે એક દોસ્તને ભાગીદારીમાં રાખ્યો ને પ્લાસ્ટીકના દાણા બનાવવાની એક ફેક્ટરી ચાલુ કરી.

પેલો દોસ્ત મોટા ધંધાવાળો હતો. એણે તો પૈસા રોક્યા હતા એટલું જ. બધો વહીવટ રસિકના હાથમાં જ હતો. ને રાતોરાત પૈસાવાળા થઈ જવાની લતે ચઢેલા રસિકને તો આવી જ તક જોઈતી હતી. એણે પેલાની જાણ બહાર કંપનીનો દસ્તાવેજ તૈયાર કરાવી દીધો તેમાં પોતે પ્રમુખ, પોતાની પત્ની ઉપ પ્રમુખ અને પેલા દોસ્તનાં નામ ટ્રસ્ટી તરીકે મૂકી દીધાં.

પછી તો ધૂમ ધડાકે કંપનીનું કામકાજ ચાલુ કરી દીધું. પેલો દોસ્ત તો અંધારામાં જ હતો. એને તો પોતાના વિશાળ કારભારમાંથી નવરાશ મળે તો આ બાજુ નજર કરે ને!

બે વરસ તો કંપની બરાબર ચાલી પણ રસિકે પહેલેથી જ કંપનીની તિજોરીમાં કાણું પાડવાની નીતિ રાખી હતી એનાં પરિણામ હવે દેખાવા માંડ્યાં હતાં. શરૂમાં તો રસિક પેલા પાસે ડેવલપમેન્ટના નામ નીચે પૈસા માગતો હતો ને પેલો આપતો પણ હતો. પણ જ્યારે કંપનીમાં કશું નવું ઉમેરવાનું ન રહ્યું ને ચોપડે પણ કંપની નફો કરતી થઈ ત્યારેય જ્યારે રસિકે પૈસાની માગણી કરી ત્યારે પેલાને અચાનક લાઈટ થઈ. એણે રસિકની ગેરહાજરીમાં કંપનીની

ઑફિસમાં જઈને એક દિવસ ચકાસણી કરી તો તેને કાચી ઘડીમાં સાચી પરિસ્થિતિ સમજાઈ ગઈ.

બીજે દિવસે એણે રસિકને કહીને મિટિંગ બોલાવરાવી અને બીજા ડીરેક્ટરોની હાજરીમાં જ રસિકને ધધડાવી નખ્યો. કારનાં પેટ્રોલનાં બીલો, ટેલીફોનનાં બીલો અને લાઈટ ફીક્ષ્ચરનાં બીલોમાં પણ ગોટળા દેખાયા. રસિકના ઘરનાં બીલો પણ કંપનીને ચોપડે ચઢતાં હતાં. એ પચાસ હજાર રૂપિયાથી ઉપરનાં થવા જતાં હતાં. વળી એણે પોતાનો પગાર મહિને દસ હજાર અને પોતાની પત્નીનો પગાર મહિને પાંત્રીસ સો માંડીને પહેલા દિવસથી જ ખર્ચ પાડવા માંડ્યો હતો, જેની તો ખૂદ મંદાનેય ખબર ન હતી.

આ બધાનો હિસાબ કરી રસિકે રોકેલા લાખ રૂપિયામાંથી એ બાદ કરી, કડદો કરી એને રોકડા રૂપિયા પાંત્રીસ હજાર પકડાવી પેલાએ પાણિચું પકડાવી દીધું.

રસિકની તો માઠી બેઠી. શું કરવું ને પેલાને કેમનો પકડમાં લેવો એના વિચારમાં ને દોડાદોડીમાં પેલા આવેલા પૈસા પણ ચટણી થઈ ગયા તોય રસિકનો નશો ઊતર્યો નહીં. એણે રહેવાનું ઘર ગીરવી મૂકીનેય પૈસા ઊભા કર્યા ને પેલાને ફલચમાં લેવા ધમપછાડા કરવા માડ્યો. પણ પેલાની પાસે તો નક્કર પૂરાવા પણ હતા ને લડવા માટેના પૂરતા પૈસા પણ હતા.

રસિકને મોડેમોડે આ વાત સમજાઈ ત્યારે ઘણું મોડું થઈ ગયું હતું. હવે તેની પાસે રહેવાના ઘરના થોડા વધારાના પૈસા લઈ, વેચી દઈ કોઈ ભાડાના મકાનમાં રહેવા જવા સિવાય કોઈ બીજો આરો રહ્યો ન હતો.

આ દરમિયાન રસિકનાં સાસુ-સસરા ગુજરી ગયાં હતાં એટલે એને માથે કોઈ રોકટોક કરનારુંય રહ્યું ન હતું. ગામમાંય એનાં મા પાછાં થયાં હતાં પણ બાપા હજુ હયાત હતા. પણ રસિક તો જાણે ગામનો રસ્તો જ ભૂલી ગયો હતો. રસિકને બચાવવા જતાં એના બાપાય વાણિયાગિરી ભૂલીને દેવામાં ડુલી ગયા હતા. હવે રસિક શું કરવા ગામમાં આવે!

બે વરસ બીજાં વીત્યાં ને એના બાપ પણ ઊકલી ગયા. ગામલોકોય રસિકની વાત ભૂલી ગયા. હા, એના આ દોસ્તો હજુ તેને યાદ કરતા હતા ખરા.

શરૂમાં તો નવનીતને મનમાં થયું કે એનો હાથ પકડી એને પાછો ઊભો કરે પણ એની એનાં માબાપ અને સાસુ-સસરા પ્રત્યે એણે જે વર્તણુંક કરી હતી એ જાણ્યા પછી એણે પોતાનો વિચાર માંડી વાળ્યો.

મનહર કે રમેશે નવનીતને કહ્યું ન હતું પણ એમને કાને એક ઊડતી વાત આવી હતી કે રસિકે કોઈ નવા ઘેટાને મૂડીને સ્કુટરની એજન્સી લીધી હતી ને અમદાવાદમાં એક મોટો શોરૂમ બનાવ્યો હતો. પણ કરજમાં ડૂબી જતાં વિમો પકવવાની લાલચમાં એક રાતે એમાં આગ લગાડાવી બધું સળગાવી દીધું

હતું.

આગ ધાર્યા કરતાં વધારે લાગી ગઈ હતી ને આસપાસની બે બીજી દુકાનો પણ એમાં ભરખાઈ ગઈ હતી.

પછી તો પોલીસ અને વિમા કંપનીવાળા એની પાછળ પડી ગયા હતા. ને રસિકની પોલ ખૂલી ગઈ હતી. એણે જાતે જ શોરૂમને આગ લગાડી હતી એ તારણમાં બહાર આવ્યું હતું.

છેલ્લી વાત તો એવી બહાર આવી હતી કે રસિક પોલીસથી ભાગતો ફરતો હતો.

૪. મોટાભાઈ નમ્યા

રમેશ રાતે મનહરને ત્યાં ગયો ત્યારે મનહર પણ નવનીતની જ ચિંતા કરતો હતો. એનેય મનમાં લાગતું હતું કે નવનીતનું ચસકી ન ગયું હોય તો ચસકી જવાની તૈયારીમાં તો હતું જ. નહીં તો નાનાં છોકરાંના જેવી હરકતો કોઈ આ ઉંમરે કરતું હશે! એક તરફ એ ધંધામાં સાવ નાસીપાસ થઈને ગામમાં આવ્યો હતો અને બીજી તરફ રિક્ષાવાળાને બોણીમાં પાંચની નોટ કે ક્રિકેટ રમતાં છોકરાંને સો રૂપિયાની નોટ બોલ-બેટ લાવવા માટે આપી દે તો એના મનની સ્થિતિનું શું સમજવું? એણે તો કોઈ સારા દાક્તરને કે કોઈક ભૂવાને બતાવી જોવાનુંય વિચારવા માંડ્યું હતું.

રમેશ મળવા આવ્યો એટલે એને પોતાના મનની વાત જણાવવાની જાણે તક મળી ગઈઃ 'મને તો લાગે છે કે એ એના મોટાભાઈ પાસે મોટી આશા લઈને આવ્યો હશે. ગામ આખું જાણે છે કે ભાઈએ ભાગ ગણતાં બાપની મિલકતમાં એનો ત્રીજો ભાગ આવે એ દેખીતી વાત છે. પણ એના બેય ભાઈઓ બધું પચાવીને બેસી ગયા છે. એમની પાસેથી એનો ભાગ પાછો ઓકાવતાં નવ નેજાં થવાનાં છે.'

'એમ એમને એનો ભાગ પચી જવાનો નથી. આપણે ઉઘાડા ઊઠવું પડશે તોય આપણને ક્યાં એના ભાઈઓની બીક લાગે છે? મને તો લાગે છે કે આપણે ગામના પાંચ આગેવાનોને વચમાં નાખવા પડશે. પણ પહેલાં આપણે નવનીતની બાબતમાં પાકું કરી લેવું પડશે. જો આપણે બધું પાકું કરવા જઈએ ને એના ભાઈઓ એવો વાંધો કાઢે કે એનું મગજ ચસકી ગયું છે તો આપણા હાથ હેઠા પડે. પહેલાં આપણે એના મગજની સબૂતતાની ચકાસણી કરાવવી જોઈએ.' રમેશે પોતાના મનની વાત રજૂ કરી.

'આમ તો ક્યારેક એ બાવન કાળજાંનો લાગે છે પણ ક્યારેક એના મગજમાં નાનપણનાં તોફાનો તાજાં કરવાનો ચસકો જાગે છે ત્યારે એ કેવી હરકતો કરે છે? એ વખતે આપણનેય ક્યાં નથી લાગતું કે એના મગજની કમાન છટકી ગઈ છે? જ્યારે એના ભાઈઓને તો મિલકતમાં એને ભાગ નથી આપવો એટલે એમને તો આવું જ કોઈ બહાનું જોઈએ છીએ. એ તો નહીં જેવી વાત હોય તોય વળગી જ પડે ને!'

'હવે આપણે બેયે નક્કી કરી લેવાનું કે એને ગમે તેવા નાનપણની હરકતો કરવાના ચસ્કા ઊપડે પણ આપણે એને એમાં સાથ આપવો નહીં. એને એમાં ખોટું લાગવાનું હોય તો ભલે ખોટું લાગે. હા, એને એમ ના લાગવું જોઈએ કે આપણનેય તે ભારે પડવા માંડ્યો છે.' રમેશે કહ્યું. પછી કેટલીય વાર સુધી બેય નવનીત વિશે જ વાતો કરતા રહ્યા.

પણ બીજે દિવસે સવારમાં જ નવનીત પહેલી બસમાં જ આણંદ જવા

ઊપડી ગયો. બપોરે ખાવાના સમયેય એ પાછો ન આવ્યો ત્યારે રમેશને ચિંતા થવા લાગી કે એવોએ ક્યાંક ચાલ્યો તો નહીં ગયો હોય ને! પણ સાંજના લગભગ ચારેક વાગ્યે એ પાછો આવી ગયો. આવીને એણે ભાવનાને બે જોડી જૂનાં કપડાં આપીને કહ્યું: 'આ કપડાં ધોઈ નાખજો. મારે રોજ પહેરવાનાં કપડાં ઓછાં પડતાં હતાં તે આ બે જોડ લઈ આવ્યો છું.'

રમેશે એ કપડાં જોયાં ને એ વિચારમાં પડી ગયો. એ કપડાં નવાં લાગતાં ન હતાં. એણે પૂછ્યું: 'ક્યાંથી લઈ આવ્યો?'

'આણંદના વાઘરી બજારમાંથી. મારા માપનાં મળી આવ્યાં તે લઈ આવ્યો. નવા જેવાં જ લાગે છે ને! બધાં થઈને પચાસ રૂપિયાનાં થયાં.'

'પણ તને શરમેય ના આવી આવાં વાઘરી બજારનાં, કોઈનાં ઊતરેલાં કપડાં લઈ આવતાં? મને કહ્યું હોત તો તને નવાં ન સિવડાવી આપત? લાખ વાતની એક વાત તારે એવાં કપડાં પહેરવાનાં નથી. આપણે અમદાવાદ જઈશું ત્યારે હું તને રેડીમેડ સ્ટોરમાંથી નવાં કપડાં લઈ આપીશ.' રમેશે કહ્યું.

'જો ભાઈ, જ્યારે જેવી સ્થિતિ હોય એવી રીતે રહેવું જોઈએ. મને એવાં કપડાં પહેરવામાં નાનમ નથી લાગતી તો તને શાની શરમ આવે છે?'

'જો તને તારી સ્થિતિની ખબર હોય તો પેલા રિક્ષાવાળાને પાંચ રૂપિયાની બોણી કરાવી અને કાલે પેલાં છોકરાંને સોની નોટ બોલ બેટ લાવવા આપી દીધી ન હોત. મને એની ખબર નથી પડતી કે તારા મનમાં તું શું વિચારે છે? ક્યારેક તું વગર કારણે દોલો થઈ જાય છે ને ક્યારેક આવી વાઘરી બજારનાં કપડાં લઈ આવવા જેવી વિચિત્ર હરકત કરે છે.'

'મેં તને કહ્યું હતું ને કે એક વખત આપણે અમદાવાદ ન જઈ આવીએ ત્યાં સુધી તારે મને કશું ન કહેવું. અમદાવાદ જઈ આવ્યા પછી તું જે કહીશ એ મુજબ હું કરીશ, બસ?'

'પણ આજે ગામના પાંચ આગેવાનો તારે માટે તારા ભાઈઓને સમજાવે એવું અમે ગોઠવ્યું છે ને તું આમ કરે તો વાત બગડી જાય. આજનો દિવસ તું તારા મનના કોઈ તરંગો પર કાબૂ રાખજે.'

'કાયદેસર મારો જે ભાગ થતો હોય એ તો હું લઈને જ રહેવાનો છું. એમાં મારા તરંગો વચમાં ક્યાં આવ્યા? હું તો એમને મોઢે કહેવાનો છું કે મને મારો ભાગ મળી જાય પછી મારે એનું જે કરવું હોય એ કરું.'

'તારામાં એ જ ખામી છે. તને મૂળ વાત જ સમજાતી નથી. આ તારું આફ્રિકા કે ઈંગ્લેન્ડ નથી. આ તો ગામડાની પંચાયત છે. જો એમને એમ લાગે કે તને તારા બાપની મિલકતમાં ભાગ મળશે તો તું એને વેડફી નાખવાનો છે તો એ લોકો તને તારો ભાગ અપાવવામાં આડાય પડે.'

'એમ કરે તો પછી કોર્ટમાં જતાં મને કોણ ખારે છે! હું કોર્ટે ચઢીને તો

મારો ભાગ મેળવી શકું ને!'

'એય તું ધારે છે એવું સહેલું નથી. તને કદાચ ખબર નહીં હોય પણ અમને ખબર છે કે એક વખત કોર્ટે ચઢ્યા એટલે તમે મરી જાવ કે વકીલનાં ગજવાં ભરીને ખાલી ન થઈ જાવ ત્યાં સુધી તમારા કેસનો નિકાલ જ ન આવે. નથી આપણી પાસે એટલા પૈસા કે નથી રહી ઉંમર વાટ જોવા જેટલી. એટલે મહેરબાની કરીને આજે તું મન પર કાબૂ રાખજે ને કશું ખરું ખોટું બાફી ન નાખીશ.' રમેશે તેને સલાહ આપી. નવનીત મનમાં જ મલકાઈ રહ્યો. એને લાગ્યું કે કાલે મોટાભાઈની વાતમાં એનાં આ વાઘરી બજારનાં કપડાંની વાત પણ રંગ લાવ્યા વગર રહેશે નહીં.

◆

ને થયું પણ એવું જ. મોટાભાઈએ નવનીતના મગજનું કશું ઠેકાણું નથી એટલે એના હાથમાં બાપની મિલકત આવશે તો એ વેડફી નાખશે એમ કહી એને મિલકતને બદલે એની કિંમતની રોકડ રકમ નકકી કરવાની વાત કરી. અને એ રોકડ રકમ પણ બેય ભાઈઓ પાસે અનામત રહે ને નવનીતને જ્યારે જોઈએ ત્યારે એમાંથી થોડે થોડે કરીને આપવામાં આવે એવી વાત મૂકી.

નવનીતે કહ્યુંઃ 'હું મારી મિલકત સાચવી શકું એમ છું એમણે તો હું મરી ગયો છું એવી ખોટી કબૂલાત ચોરામાં કરીને વારસાઈમાંથી મારું નામ પણ કઢાવી નાખ્યું છે ને હું આવ્યો ત્યારે મને સહારો આપવાની કે બાપની મિલકતમાં મને ભાગ આપવાની વાતમાંય કાને હાથ દઈ દીધા છે. હવે મને મારા ભાઈઓ પર વિશ્વાસ રહ્યો નથી. ને હું કાંઈ મૂરખ નથી કે મારી મિલકત વેડફી નાખું.'

'ગાંડાનાં તે કાંઈ ગામ વસતાં હશે? બે દિવસ પહેલાં જ બોલ-બેટ રમનારાં છોકરાંને એણે સો રૂપિયાની નોટ બોલ-બેટ લાવવા આલી દીધી અને કાલે ગજવામાં તળિયું આવી રહ્યું એટલે આણંદના વાઘરી બજારમાં જઈને લોકોનાં ઊતરેલાં કપડાં પહેરવા લઈ આવ્યો. તમે જ કહો, આપણી નાતમાં કોઈ ઊતરેલાં કપડાં પહેરે છે ખરું?'

'એમને ખબર નહીં હોય પણ મને ચોકક્સ ખબર છે કે મારા મોટાભાઈ જ આવાં કપડાં પહેરે છે. હું કૉલેજમાં ભણતો હતો ત્યારે એ કિસાન સ્પેશિયલ ટ્રેનમાં ફરવા ગયા હતા ત્યાંથી આર્મીના જૂના ઓવરકોટ પાંચ પાંચ રૂપિયામાં લઈ આવેલા તે આજ સુધી પહેરતા હતા. મને એમાં કશું ખોટું જણાતું નથી. એમને તો માથે બાપ બેઠા હતા ને ચાલીસ વીઘાં જમીન પણ હતી તોય એ જૂનાં કપડાં પહેરતા હોય તો જ્યારે મને તો મારા ભાગની જમીન આપવાની પણ એમની દાનત નથી. પછી હું ઊતરેલાં કપડાં ન પહેરું તો ઉઘાડો ફરું?'

'જો આવું જ હતું તો કાલે પેલાં છોકરાંને સો રૂપિયા આલી દીધા એનું શું?' અંબુભાઈએ પૂછ્યું.

'મેં તમારી જેમ બીજાનો હક ડૂબાડીને એ પૈસા પેદા કર્યા નથી. એ મારા પૈસા હતા ને મેં મને ઠીક લાગ્યું એમાં વાપર્યા. એમાં તમને કે કોઈને મારે પૂછવું પડે ખરું?'

'અમને લાગે છે કે અંબુભાઈ તમારે એને એના ભાગની જમીન કાઢી આપવી જોઈએ. આજે બધા ભેગા થયા છે ત્યારે જ એ વાતનો ફેંસલો થઈ જતો હોય તો સારું.' ઓતમભાઈએ કહ્યું.

'મનેય તમારી વાત બરાબર લાગે છે. પંચની રૂબરૂમાં જ વહેંચણી કરાઈ જાય એ જ બરાબર છે.' દીનુએ કહ્યું ને અંબાલાલ ઊંચાનીચા થવા માંડ્યા.

'તો બેય ભાઈઓ સમજીને પાંચપાંચ વીઘાં જમીન વચેટને કાઢી આલો. અડધી ઢૂંકડેની ને અડધી શેમાડેની આલો.'

'શેમાડેની જમીન લેવાની હોય તો મને મારાં તેર વીઘાં ને ઉપર જે વશા થતા હોય એ પૂરતા જ અલાવો ને. હું દશ જ વીઘાં લઉં તો મારે બધી જમીન અમારા કૂવાવાળાની જ જોઈએ.' નવનીતે કહ્યું. હવે બધાને લાગ્યું કે નવનીત મગજ વગરનો કે અણઘડ ન હતો.

'જો ભાઈ, તારે એય વિચાર કરવો જોઈએ કે તારી ગેરહાજરીમાં તારા આ બે ભાઈઓએ જ આ જમીનો સાચવી છે. એટલે તારે એ વાત પડતી મૂકવી જોઈએ.'

'એમણે જમીન સાચવી હશે તો બદલામાં એનું ઉત્પન્ન પણ ખાધું જ હશે ને! મનેય એ જમીન ચાલીસ વરસ ખેડી ખાવા અપાવો તો જાવ હું એ સાચવીશ પણ ખરો ને ચાલીસ વરસ પછી એમને પાછી પણ સોંપીશ.' નવનીતે કહ્યું.

પણ પછી પંચની સમજાવટથી એણે પોતાનો તંત પડતો મૂક્યો ને દશ વીઘાં જમીન લઈને વાતનો ફેંસલો કરવાની વાતમાં એણે પોતાની સંમતિ આપી. એટલે જે જમીન એને આપવામાં આવે તે આજે જે હોય તે ઊભા પાક અને ઊભાં ઝાડબીડ સાથે કાલથી એને સોંપવાની સમજાવટ થઈ. ને બેય ભાઈઓએ જે જમીન કાઢી આપવાની નકકી કરી એનો કાચો કરાર કરીને બધા વિખરાયા.

રમેશ અને મનહરને જમીનની આ વહેંચણીથી થોડો અસંતોષ થયો પણ જ્યાં નવનીતે જ ઢીલું ઢાળ્યું ત્યાં એમનાથી શું થાય? એમણે ઘેર જતાં નવનીતને આ બાબતમાં ટોક્યોય ખરો. તો નવનીત કહેઃ 'મેં તો ભાઈ એ ભાઈઓના છોકરાઓનુંય વિચાર્યું. મારે તો આટલી જમીનેય શું કરવી છે? આપવાવાળો હજાર હાથવાળો ઉપર બેઠો છે.

કાલે આપણે ચોરે જઈ પેઢીનામાની નકલ બતાવી ખાતામાં કાચી એન્ટ્રી પડાવી લઈએ પછી પરમ દા'ડે અમદાવાદ જઈ આવીએ. કયા ખેતરમાં કયો

પાક ઊભો છે એની તો તમને ખબર હશે જ. એટલે એમાં જે કરવા જેવું લાગે એ કરવાની બધી જવાબદારી તમારી. ને તેનું જે ઉત્પન્ન આવે એ પણ તમારું.'

'અમારે એવું કાંઈ ઉત્પન જોઈતું નથી. એમાંથી બેપાંચ હજાર રૂપિયા બચશે તો તારે કોઈની પાસે ખિસ્સાખર્ચી માટે હાથ તો લાંબો નહીં કરવો પડે ને.'

'ભલે તમને એમ લાગતું હોય તો એમ પણ એ બધી વાત આપણે અમદાવાદ જઈ આવીએ પછી કરીશું.' કહી નવનીતે બાતમાં પૂર્ણવિરામ મૂક્યું.

બીજે દિવસે એ ત્રણેય જણા દીનુ અને અંબુભાઈને બોલાવીને ચોરે ગયા ને કાચી એન્ટ્રી પડાવી આવ્યા. ચોરામાં સહી કરતાં અંબુભાઈથી બોલ્યા સિવાય ન રહેવાયુંઃ 'આ જમીન આજથી તને આલી. તને ફાવે તો એને સાચવજે ને ફાવે તો વેડફી નાખજે.'

'તમારે એની ચિંતા કરવાની જરૂર નથી. તમે જોતા રહેશો ને હું એ જમીનમાં એટલી જ બીજી જમીન ઉમેરીને બતાવીશ. બાકી તમે તો મારા ભાગની જમીનેય ખેડતા હતા તોય બાપાની જમીનમાં એક ચાસ જેટલીય જમીન ઉમેરી નથી એ તો આખું ગામ જાણે છે.' નવનીતે મોટાભાઈને સણસણતો જવાબ આપી દીધો.

'એની તો વખત આવ્યે ખબર પડશે, પણ તું આ લોકોનો ચડાવ્યો આ ફૂંફાડા મારે છે તે ઊંધે મોઢે ના પછડાય એનો ખ્યાલ રાખજે.'

'તમે અંબુભાઈ, એમ આડું ના બોલશો. અમે એને ચઢાવતા નથી. આ તો તમે એને ના સંઘર્યો એટલે ભાઈબંધીની રૂએ અમે એને અમારે ઘેર લઈ ગયા. તમે ભાઈઓ છો તે મટી જવાના નથી. તમે ભાઈઓ હતા તે તે દિવસે ઘરમાં પેસવા દેવાય રાજી ન હતા તોય આજે કેવી દશ વીઘાં જમીન કાઢી આલી? અમારે ત્યાંથી એને ખરાવા' જમીન પણ થોડી મળવાની હતી?' કહી રમેશે અંબુભાઈને ટાઢો ડામ દીધો. અંબુભાઈને પગથી તે માથા સુધી ચાટી ગઈ પણ એમનાથી કશું બોલાય એમ હતું જ ક્યાં?

મોટાભાઈથી છૂટા પડ્યા પછી દીનુ એમની સાથે જ રમેશના ઘર તરફ ચાલ્યો. એનું ઘર એ બાજુ હતું. રસ્તામાં એણે કહ્યુંઃ 'નવનીતભાઈ, તમારા મનમાં જે વસ્યું હોય એ પણ મારા દિલમાં કોઈ પાપ નથી કે મને તમને જમીન આપવી પડી એનો વસવસો પણ નથી. એ તો તમારું હતું તે તમને આપ્યું છે. એમાં કશું વધારાનું નથી કર્યું. ઊલટું આજ સુધી એ જમીન અમને ખેડવાની મળી તે બે પાંદડે થઈ શક્યા એમ હું તો માનું છું.'

'મને ખબર છે પણ તુંય મોટાભાઈની વાદે ચઢી ગયો હતો ને?'

'તમને તો તમે અહીં હતા ત્યારનું યાદ છે ને. મોટાભાઈની વિરુધ્ધ

કોઈથી બોલાતું હતું? બાપુય એમના કહ્યા પ્રમાણે કરતા હતા ને!'

'હશે જે થવાનું હતું એ થઈ ગયું. હું આવ્યો હતો તમારી સાથે સુખેથી રહેવા પણ જે થોડા સંબંધ હતા તેય બગડી ગયા. ભગવાનની જેવી મરજી. તારે એમાં ઓછું ન લાવવું. મને એનો કશો વસવસો નથી.' કહેતાં નવનીતની આંખો ભીની થઈ ગઈ.

દીનુએ એમને પોતાને ત્યાં લઈ જવા બહુ તાણ કરી પણ નવનીત ન માન્યો. એણે કહ્યુંઃ 'હું તારે ત્યાં જરૂર આવીશ પણ હમણાં નહીં. ક્યારેક જમવા જ આવીશ, તું બોલાવીશ તો, બસ?'

'તો તો અત્યારે જ ચાલો ને. ચૂલાને ક્યાં તાળું માર્યું છે? મેં તો તમને મારે ત્યાં રહેવા આવવાનુંય કહ્યું હતું પણ તમે મોટાભાઈ સાથેની વાતથી અકળાયેલા હતા તે ના માન્યા.'

'એવું ન હતું. એ બધી વાત હું તને તારે ત્યાં આવીશ ત્યારે કરીશ. તું ખાલી જીવ ન બાળતો. મારા મનમાં એવું કશુંય નથી. તારે માટેય નહીં કે મોટાભાઈ માટેય નહીં, કહેજે એમનેય.' નવનીતે કહ્યું. રમેશ અને મનહર એના આ નવા રૂપ સામે ગૂંચવાતા તાકી જ રહ્યા.

દીનુથી છૂટા પડ્યા પછી રમેશે પૂછ્યુંઃ 'તું એને ત્યાં જમવા જવાનો છે કે ખાલી કોણીએ ગોળ ચોટાડ્યો?'

'તમને બેય ને શું લાગે છે?'

'અમને તો લાગે છે કે તું ઊંડાં પાણીમાં રમે છે. નાનાને મોટાભાઈ સામે પાડવાનું તો નથી વિચારતો ને?'

'એવું તો કરતો હોઈશ! ગમે તેમ તોય એ મારા ભાઈઓ છે. એમની કરણીને કારણે હું એમનાં છોકરાંને તો દુઃખી ન કરું ને?'

'સાચી વાત કહું? તને જે લાગતું હોય એ તું જાણે પણ તારી જમીન એમની પાસે હતી તોય એમની પાસે કશી રોકડ ભેગી થઈ હોય એમ નથી. હવે તારા ભાગની જમીન કાઢી આપ્યા પછી એમને તકલીફ તો પડવાની જ. અને એનો માર એમનાં છોકરાં ને છોકરાંનાં છોકરાંનેય પડવાનો. જો તું પરદેશથી થોડા ફૂકા લઈને આવ્યો હોત તો અમે તને જમીનમાં ભાગ માગવા જ ન દેત.' મનહરે કહ્યું.

'કાંઈ વાંધો નહીં, હજુ કાંઈ મોડું નથી થઈ ગયું. તમારી એવી જ ઈચ્છા હશે તો એવું વિચારીશું. એક વખત અમદાવાદ જઈ આવ્યા પછી વાત.' નવનીતે કહ્યું.

'વિચારવાથી શું થવાનું છે? તારેય જીવવા માટે કશોક આધાર તો જોઈશે જ ને?'

'એટલે જ કહું છું કે કાલે અમદાવાદ જઈ આવીએ પછી બીજી બધી વાત.' નવનીતે અમદાવાદની વાત ફરી યાદ કરી.

'તું કાયમ અમદાવાદ, અમદાવાદ કર્યા કરે છે તે ત્યાંથી કાંઈ તડાકો પાડી લાવવાનો છે કે બધી વાતનો ઊકેલ આવી જાય? ને હું તને સ્પષ્ટ કહી દઉં છું કે તારે ભાગ આવેલી જમીનમાંથી લાગણીવશ થઈને તારે એક ચાસેય ભોંય પાછી આપી દેવાની નથી.' રમેશે તતડીને કહી દીધું.

'ભલે, તું કહે છે એમ કરીશું પણ અમદાવાદ જવાનું માંડી તો નથી વાળવું ને? જો તમારે બેયે ના આવવું હોય તો હું એકલો જ જઈ આવીશ. પણ મારે કાલે જ અમદાવાદ જવું છે એ વાત નક્કી.'

'તો ભલે, કાલે સવારે રોજના કરતાં બહેલો ઊઠજે. સીધા અમદાવાદ જવાની બસ સાડા છ વાગ્યે આવી જાય છે. ને તારી ઊંઘણશીની ઊંઘ તો કદી સાડા આઠ વાગ્યા પહેલાં ઊડતી જ નથી.' રમેશે કહ્યું.

'હજુ કાલની વાત કાલે. કાલે તો હું પાંચ વાગ્યાનો ઊઠી જઈશ. પણ આજે બપોર પછી મારો વિચાર મૂળજીકાકાની શેરડી ખાવા જવાનો થાય છે.'

'જો પાછલી વાડમાં છીંડુ પાડીને ખાવા જવાની વાત કરતો હોય તો એમાં મને ના ગણતો.'

'ને મનેય ના ગણતો. તું આફ્રિકા ગયો ત્યારથી મેં એવાં ખાતર પાડવાનું બંધ કરી દીધું છે. ને મૂળજીકાકા તો બાપડા સામેથી શેરડી ખાવા બોલાવે એવા છે.' મનહરે કહ્યું.

'તો પછી વાડના કાંટા ખાવામાં કોને રસ છે? પણ ચોરેલી શેરડી ને આમ માગી લીધેલી શેરડીના ગળપણમાં બહુ ફેર લાગે છે હોં.' નવનીત બોલ્યા સિવાય ન રહ્યો.

⬍

પછી એ દિવસે ચારેક વાગ્યે બધા મૂળજીકાકાની વાડીએ શેરડી ખાવા ઊપડ્યા. કાકા વાડીએ જ હતા. હજુ તો એ વાડના છીંડામાં પેઠાય ન હતા ત્યાં મૂળજીકાકાનો શેરડીના રસથીય મીઠો સાદ સંભળાયોઃ ' અલ્યા, બારોબાર ના જતા રહેતા. આવો બે રાડાં શેરડીનાં ખાતા જાવ.' ને બધા વાડીમાં પેઠા ત્યારે એમને ઓળખી જતાં બોલ્યાઃ 'અલ્યા, આ તો તોફાની તેખડિયા! તમારે તો છેંડામાં પેસવાનું ના હોય. તમને તો પાછલી વાડ ઠેકીને શેરડી ખાવાની જ ટેવ ને. કે ભૂલી ગયા?'

'આજેય વાડ ઠેકવાનો જ મારો વિચાર હતો પણ રમેશ કહે કે કાકા તો રસ્તે જતાનેય શેરડી ખાવા બોલાવ્યા વગર રહેતા નથી, એટલે થયું કે કામ વગર કાકાની વાડમાં છેંડું શું પાડવું?' નવનીતે કહ્યું.

બધા એક એક રાડુ ભાગી લાવીને કાકાની સામે બેઠા. કાકા કહે: 'કાલ્યે તમારી જમીનની વહેંચણી થઈ ગઈ એ જાણ્યું. આમ જોવા જઈએ તો એમાં બધું બરાબર થયું હોય એમ લાગે છે પણ એક વાત_'

'એમાં પણ ક્યાં આવ્યું, કાકા?' મનહરે કાકાનું મન જાણવા પૂછ્યું.

'અંબુ, મોટી જંજાળવાળો માણસ છે. એની પાસેથી તારા ભાગની જમીન ગઈ એ એને બહુ નડશે. એના કરતાં તું એના ભેગો રહેવા જતો રહે તો? મારો જો તને પતિયાર પડતો હોય તો. જા, હું એનો જામીન કે તારી બધી સગવડ સચવાશે ને સાજેમાંદે તારી ચાકરીય થશે. અંબુની વહુ કરતાંય એના છોકરાની વહુનો સ્વભાવ બહુ સારો છે. તારી સગવડ તો રમેશને ત્યાંય સચવાશે પણ અંબુની માઠી બેસશે.'

'કાકા, હું એટલે તો સીધો એમને ઘેર જ ગયો હતો. એમણે તો મને ઘરનો ઉંમરોય ચઢવા દીધો ન હતો ને લેવા માંડેલો. પૂછો આમને આ બેય મારી સાથે જ હતા. જો એ મને એમને ઘેર ના લઈ ગયા હોત તો મારે તો પરબડીને ઓટલે સૂવાનો વારો આવત ને!'

'એને બાર હાંધે ને તેર તૂટે એવી પરિસ્થિતિ હોય એટલે એનાથી બોલાઈ ગયું હશે. અને એણે એમ કહ્યું હોય તો એની ભૂલેય કહેવાય. પણ તું તો ભણેલો છું. તારે તારા ભાઈનો વિચાર કરવો જોઈએ.'

'પણ પછી તો મારે એમને સહારે જ રહેવું પડે ને કાયમને માટે?'

'હવે તું નાનો થવાનો નથી. તારું ઘડપણ આઘું નથી. એની સાથે હોઈશ તો એનાં છોકરાં તારી સેવા કરશે. એમાં તને પોતાનાપણું લાગશે. રમેશને ને તારે ગમે તેટલો મેળ હોય પણ ક્યારેક તો એને નહીં ને એના છોકરાને કે એનાંય છોકરાંને તો એમ લાગવાનું જ કે તું પારકો માણસ છે, તું એમનો પોતાનો નથી. શાંતિથી વિચારી જોજે.'

પાછા જતાં રમેશ એને એ જ સમજાવતો હતો: 'કાકાની વાત ખોટી નથી. એમાં હું એક સુધારો સૂચવું. તારી જમીન છે એ તારે નામે જ રહે. અંબુભાઈ એ ખેડે. તારું રહેવાખાવાનું એમને ત્યાં સચવાય ને તારી ખિસ્સાખર્ચીના નકકી કરો એ પૈસા તને દર મહિને આપતા રહે તો કશો વાંધો નહીં. જો, પાછો મારા કહેવાનો એવો અર્થ ના કાઢતો કે તું અમને ભારે પડવા માંડ્યો છું એટલે હું આવું કહું છું.'

૫. છેતરી ગયો

બીજે દિવસે હજુ તો સવારના પાંચેય વાગ્યા ન હતા ને નવનીત તૈયાર થઈ ગયો હતો. રમેશને એનું કશું આશ્ચર્ય થાય તેમ ન હતું. એને તો ખબર જ હતી કે નવનીતને કોઈ ધૂન ચઢે એટલે એને ફક્ત એ જ મનમાં હોય. બીજી બધી ચીજો માટે એના મનના બધા દરવાજા એ વખતે બંધ થઈ જાય.

એમના નાનપણના દોસ્ત રસિક વાણિયાને મળવા નવનીત આટલો બધો અધીરો કેમ થઈ ગયો હતો એ જ રમેશને સમજાતું ન હતું. એ રસિકો એમનો કાંઈ દોસ્ત પણ ન હતો. એ તો ફક્ત બીડીઓ પડાવવા માટે સકંજામાં લીધેલો છોકરો હતો. હા, એને કારણે એ ત્રણેય દોસ્તો સાથે ફરતો ને તોફાનોમાં સાથે રહેતો થઈ ગયો હતો ખરો. ને હાલ તો એ પોલીસની બીકે ભાગતો ફરતો હતો એટલે એના ઘેર હોવા બાબતમાં પણ એને શંકા હતી.

પણ જ્યારે નવનીતે પોતાની સૂટકેસ સાથે લીધી ત્યારે રમેશથી બોલ્યા સિવાય ન રહેવાયુંઃ 'સૂટકેસ કેમ લીધી? આપણે સાંજે પાછા આવતા રહેવાના છીએ. કાંઈ ત્યાં રહેવા જતા નથી.'

'મારે એની જરૂર છે એટલે તો લીધી છે. તને હમણાં એની ખબર નહીં પડે.'

બસમાં નવનીતે જ બધાની ટિકીટો કાઢી. એને ના કહેવાનો કશો અર્થ ન હતો એની પેલા બેયને ખબર હતી જ. નડીઆદમાં એણે ગરમ ગરમ ખારીસીંગ લીધી અને પહોંચી ત્યાં સુધી રમેશ અને મનહરની સાથે આજુબાજુમાં બેઠેલા સૌને એ વહેંચતો જ રહ્યો. ખેડા આવતાં એણે એક કૂલ્ફીવાળાને બોલાવ્યો અને બધાને એકએક કૂલ્ફી વહેંચવા માંડી. કેટલાકે એ લીધી તો કેટલાકે ન લીધી પણ નવનીતના મોં પર એનાથી કશો ફેર ન જણાયો.

છેવટે બસ અમદાવાદ ગીતા મંદિરના બસસ્ટેન્ડે પહોંચી. નવનીતે રિક્ષા કરવાને બદલે ટેક્સીવાળાને બોલાવ્યો. કહેઃ 'ચેતના પર લઈ લે.'

'અલ્યા, આપણે જવાનું છે લાલ દરવાજા. ને તું —' રમેશ કહેવા ગયો.

'લાલ દરવાજા કેમ?'

'કારણ કે રસિક વાણિયાની દુકાન ત્યાં છે.'

'મરવા દે એ વાણિયાને. આપણે એને ફરી કોઈ વખત મળીશું. અત્યારે તો તમને કોઈ સારી હોટેલમાં લઈ જઈને જમાડવા છે. ચેતનામાં રસરંજના ન જમવું હોય તો ચંદ્રવિલાસમાં લેવડાવું.'

પેલા બેયને લાગ્યું કે આજે નવનીતની કમાન છટકી લાગે છે. ઘેર પાછા

પહોંચતાં સુધીમાં એ બસો રૂપિયાનું પાણી ન કરી નાખે તો સારું. પણ એમની વાત પેલો સાંભળે તેમ જ ક્યાં હતો? એણે ટેક્સીવાળાને ભાડાના પૈસા આપ્યા ને બેયને ચેતનાની લીફ્ટમાં દોર્યા.

જમવામાંય એણે બેય દોસ્તોને એવા આગ્રહ કરીને જમાડ્યા કે જાણે એ પોતાને ઘેર હોય અને પેલા બે એને ત્યાં મહેમાન ન થયા હોય! પછી તો પેલા બેયે પણ ઊંડું વિચારવાના વિચારને પડતો મૂકીને ધરાઈને ખાધું. બહાર નીકળી નવનીતે બધાને માટે પાન બનાવડાવ્યાં.

પેલા પાન ખતા હતા તે વખતે કહેઃ 'તમે બેય મને અડધો કલાકનો સમય આપો તો હું મારા એક દોસ્તને મળતો આવું. એ સામેની બૅંકમાં જ કામ કરે છે. બહુ વાર નહીં લાગે.' કહેતાં એ જવાબની રાહ જોયા વગર જ બૅંકમાં પેસી ગયો.

અડધા કલાકને બદલે એ દશ જ મિનિટમાં પાછો આવ્યો ને કહેઃ 'ફેરો પડ્યો. આજે એ કામ પર આવ્યો જ નથી ને મને એના ઘરનું સરનામું ખબર નથી.' ને તેણે ફરીથી ટેક્સી કરી અને ડ્રાયવરને કોઈ જગ્યાનું નામ કહ્યું. પેલા બેયને એ નામ અજાણ્યું હતું એટલે એમણે જે થાય એ જોયા કરવાની નીતિ જ અપનાવી.

થોડી વારે નવનીત કહેઃ 'હવે હું તમને એવી વાત કરવા માગું છું કે તમારે બેયે મને વચન આપવું પડશે કે તમે એ વાત કોઈને નહીં કહો. તમારાં બૈરી છોકરાંને પણ નહીં. ખાવ મારા ગળાના સોગંદ.'

પેલા બેયે એને વચન આપ્યું કે એ લોકો કોઈને એ વાત નહીં કરે. ત્યાં ટેક્સી એક ભવ્ય હોટેલના પોર્ચમાં આવીને ઊભી રહી એટલે ડ્રાયવરને ભાડું ચૂકવી આપતાં નવનીતે કહ્યું : 'આજે હું તમને એક નવી જ દુનિયામાં લઈ જાઉં છું.'

ને એ સડસડાટ હોટેલનાં પગથિયાં ચઢી અંદર દાખલ થઈ ગયો. પેલા બેય અચકાતા તેની પાછળ ઢસડાયા. એમને હોટેલની અંદરનો ભભકો જોતાં ગભરાટ થવા માંડ્યો કે આવોયે ક્યાંક ફસાવી તો નહીં દે ને! પણ એકલા રહેવા કરતાં તેની સાથે રહેવામાં એમને ઓછું જોખમ લાગતું હતું એટલે એને ચીપકીને એ લોકો ચાલતા હતા. બધા લીફ્ટમાં ચોથા માળ પર પહોંચ્યા. નવનીતે લીફ્ટમાંથી બહાર આવી ૪૧૫ નંબરની રૂમનું તાળું ખોલ્યું ને પેલા બેય દોસ્તોને અંદર બોલાવ્યા.

અંદરનો વૈભવ જોઈને રમેશ અને મનહર તો દંગ જ થઈ ગયા. એમનામાં તો બેસવાનાય હોંશ નહોતા રહ્યા. એમને તો એમ જ લાગતું હતું કે આ ગાંડિયો એમને કોઈકના રૂમમાં લઈ આવ્યો છે. નવનીતે એમને ફરીથી બેસવા માટે કહ્યું ને એ લોકો બેસી ગયા.

પછી નવનીત કહેઃ 'જુઓ, ગભરાવાની જરૂર નથી. આ મારો જ રૂમ છે. તમે જેમ માનો છો તેમ હું કડકાબાલૂસ અને અંતે આવી ગયેલો માણસ નથી. હું લખપતિ નહીં પણ કરોડપતિ માણસ છું. મારે ઘર, કુટુંબ અને વસ્તાર-પરિવાર છે. બધાં ઈંગ્લેન્ડમાં છે.'

'તો પછી તું આમ કેમ કરતો હતો?'

'મારે ભાઈઓ સાથેનો ને તમારા બધા સાથેનો સંબંધ તાજો કરવો હતો એટલે હું ત્યાં આવેલો. મારા મનમાં એવો તુકકો જાગ્યો કે હું પૈસાદાર માણસ તરીકે જઈશ તો બધા મારી ચારેય બાજુ ફરશે. પણ એને બદલે અંતે આવી ગયેલા એક કડકાબાલૂસ માણસ તરીકે જઈશ તો મને કોણ બોલાવે છે ને કોણ મારાથી દૂર ભાગે છે એની મને ખાતરી થઈ જશે. મને લાગે છે કે એવો તુકકો ના અજમાવ્યો હોત તો જ વધારે સારું થાત. તમે તો હતા જ. પણ મારા ભાઈઓ સાથેનો સંબંધ તો ન બગડત.'

'જો તારી પાસે આટલા બધા પૈસા હોય તો સંબંધ સુધરતાં વાર શી? તારે મોટું મન રાખવું જોઈએ. ગામના લોકો તો તારી ખાનદાનીને વખાણશે કે ભાઈઓએ જેને ઘરમાં પેસવા દેવાનોય ઈન્કાર કર્યો હતો એણે પોતાના ભાઈઓને માટે કેવો ભોગ આપ્યો.'

'એમને હું દુઃખી નહીં થવા દઉં પણ એમની કરણીનાં ફળ એમણે એક વરસ તો ભોવવાં જ જોઈએ. આ તો સારું હતું કે હું પહોંચતો હતો ને મારે તમારા જેવા બે દાના દોસ્ત હતા. એને બદલે હું ખલાસ થઈ ગયેલો કે માંદગીને બિછાને પડેલો અહીં આવ્યો હોત તો એ લોકો મને ટાંટિયા ઘસતો મરવા દેત ને!'

'હવે એ બધું ભૂલી જા. થવાનું હતું એ થઈ ગયું. તું કાલે કહેતો હતો એમ ભાઈઓને લીધે નહીં તો ભાઈઓનાં છોકરાંને લીધે તું બધું ભૂલી જા.' મનહરે એને કહ્યું.

'તે હું બધું ભૂલી જવાની કયાં ના કહું છું? એક વરસમાં કાંઈ એ લોકો સાવ ખલાસ નથી થઈ જવાના. પછી તો તમે કહેશો કે નહીં કહો તોય હું એમનો હાથ પકડવાનો જ છું.' નવનીતે છેવટનું કહી દીધું ને બેયને સિગારેટ ધરી.

'હવે મને સમજાયું કે તું ગરીબ હોવાનો દેખાવ કરતો હતો તોય તારાથી રહેવાતું ન હતું ને તું પૈસા ખરચી નાખતો હતો. તેં રિક્ષાવાળાને બોણી કરાવી કે પેલાં છોકરાંને બેટ લાવવા માટે સો રૂપિયા આપી દીધા એની હવે મને સમજણ પડી. પણ વાઘરી બજારનાં કપડાંની વાત મારી સમજમાં ન આવી.'

'એ જ કપડાં મે અત્યારે પહેર્યાં છે. આ વાઘરી બજારનાં કપડાં નથી. આ તો મારાં પોતાનાં થોડાં વપરાયેલાં કપડાં છે. તે દિવસે હું આણંદ જવાનું કહીને નીકળ્યો હતો પણ અહીં આવીને આ કપડાં લઈ ગયો હતો. તને ખબર છે કે આ સાદું લાગતું બુશશર્ટ ઈંગ્લેન્ડની પ્રખ્યાત દુકાન માર્ક એન્ડ સ્પેન્સરમાંથી

ખરીદેલું છે? એની કિંમત ત્યારે મેં બસો રૂપિયા જેટલી આપી હતી. ઊભો રહે હું તને બતાવું કે મારી પાસે કેટલાં અને કેવાં કપડાં છે.' કહેતાં નવનીતે કલોઝેટ ખોલ્યું ને એમાંનાં પાંચ સ્યૂટ અને જાતજાતનાં જેકેટ ને શર્ટ એમને બતાવ્યાં.

'આમાંથી તમારે જે જોઈએ એ જર્સી કે સ્વેટર મારે તમને આપવાં જોઈએ પણ હું તમને એમાંનું એકેય અત્યારે નહીં આપું. હજુ તો એક વરસ સુધી આપણે જેમ અઠવાડિયાથી રહીએ છીએ એમ જ રહેવાનું છે.'

'ચાલ, નીચે તો ચાપાણી કરીએ. તારી વાતોમાં મારી ચાય ભુલાઈ ગઈ.' રમેશને અચાનક ચા યાદ આવી ગઈ.

'નીચે જવાની શી જરૂર છે? અહીં જ મંગાવી લઈએ.' કહેતાં નવનીતે ફોન કરીને ચા અને હળવો નાસ્તો મોકલી આપવા જણાવ્યું.

આ જોઈને મનહરથી બોલ્યા સિવાય ન રહેવાયુંઃ 'આવી બધી સાહ્યબી છોડીને તને ગામડામાં અમારી સાથે રહેવાનું ગોઠતું નહીં હોય.'

'જો તમે બે ન મળ્યા હોત તો ન જ ગોઠત. પણ તમે હતા એટલે મઝા આવી ગઈ. મને તો આપણાં બધાં મસ્તી-તોફાનો યાદ આવી ગયાં.'

'તારી ભેગાં અમનેય યાદ આવી જ ગયાં ને! પહેલાં તો મનમાં થતું હતું કે કોઈક જાણશે તો ભૂંડા દેખાઈશું પણ પછી તો એ બીકેય ભાગી ગઈ હતી તારી સોબતમાં.' રમેશ બોલ્યો.

'તો પછી શરૂ કરવું છે કાલથી ફરી?'

'ના દોસ્ત. હવે નહીં. આ તો આજ સુધી તારા પર દયા આવતી હતી એટલે તને ખોટું ન લાગે એટલે તારી સાથે ખેંચાયા કરેલા.'

'ને હવે?'

'હવે ખબર પડી ગઈ કે તું દયા ખાવાને લાયક પણ નથી. હજુ એવો ને એવો જ નાલાયક ને જૂઠાબોલો છું તું.' મનહરે હસતાં નવનીતને સર્ટિફિકેટ આપ્યું.

'આટલા દિવસ તમને બેયને મઝા કરાવી એનું કશું નહીં?'

'હવે તારી એ મસ્તીમાંથી મને બહાર ગણજે. તારી પાસે પૈસા જોશે એટલે એની શેહમાંય લોકો તારી એ મસ્તીને માફ કરી દેશે પણ અમને તો લોકો ફોલી જ ખાય.'

'લે, હવે પૈસાદાર ને ગરીબની વાતો પડતી મૂક. જો આજે હું બૅંકમાંથી લાખ રૂપિયા ઉપાડી લાવ્યો છું. આપણે લખાકાકાને મળવા જવાનું છે.'

'કેમ?' બેય જણા એકી સાથે બોલી ઊઠ્યા. લાખ રૂપિયાની વાત સાંભળી એમને જે આશ્ચર્ય થયું. એ એમના અવાજના રણકા પરથી જણાઈ

આવતું હતું.

'કેમ તે એમનું મહૂડિયું લેવા. લો, ઊઠો; નહીં તો ઘેર પહોંચતાં રાત પડી જશે ને મારે તમને બેયને પાછા ચેતનામાં જમાડવા પડશે. જો કે જમાડવાનો મને વાંધો નથી પણ તમારાં બેયનાં બૈરાં તમને વઢી નખશે રાંધેલું બગાડવા બદલ. ને ભેગો મનેય ઝપટમાં લઈ લેશે.' નવનીતે મશ્કરી કરી.

'લે, સિગારેટ કાઢ એટલે એ પીને પછી નીકળીએ.' મનહરે કહ્યું.

ને સિગારેટ કાઢતાં નવનીતે કહ્યું: 'સારું થયું કે તેં સિગારેટ સંભાળી.' કહેતાં નવનીતે બે કાર્ટુન સિગારેટનાં પેટીમાં મૂક્યાં. એમ કરતાં એક ફોટો બહાર પડી ગયો. નવનીત કહે: 'લો જુઓ, મારું ફેમિલી. અમે બે અને અમારાં બે છોકરાં. સાથે ચશ્માંવાળી છે એ મારા પરિમલની પત્ની ને સાથે નાનકો છે એ એમનો દીકરો રવિ.'

બેય જણા ધ્યાનથી ફોટો જોવા માંડ્યા. રમેશ કહે: 'આમાં તારા સિવાય બધાં વિલાયતી જ લાગે છે. તારા દીકરાની વહુ આપણા દેશની છે?'

'છે તો આપણા દેશની પણ સુખી માબાપની છોકરી અને ત્યાં જ જન્મેલી એટલે કોઈ કહે નહીં કે આપણા દેશની છે. એને તો ગુજરાતી લખતાં કે વાંચતાંય નથી આવડતું.'

'ને તારો જમાઈ ફોટામાં દેખાતો નથી.'

'તે હોય તો દેખાય ને! દીકરી મારી છવ્વીસ વરસની થઈ તોય હજુ ભણ્યા કરે છે. હજુ પરણી નથી. એ એની જાતે મુરતિયો શોધી લાવશે ત્યારે પરણાવીશું. એ બધી વાત તમારી સમજમાં નહીં ઊતરે.'

'તે છવ્વીસ વરસની છોકરી કુંવારી બેઠી હોય ને તારી ઊંઘ ન ઊડે એ વાત અમારી સમજમાં તો ન જ ઊતરે ને!' મનહરે કહ્યું.

'એ તો ભાઈ દેશ એવો વેશ. ત્યાં છોકરાં પોતાની જાતે પસંદ કરી લાવે એટલે આપણે આશીર્વાદ આપવાના. લો, ચાલો લખાકાકાને મળવા ઊપડીએ. પણ હમણાં તમે ગામમાં કોઈને મારા કુટુંબ-કબીલાની કશી વાત ન કરતા. વરસ પછી હું બધાંને લઈને આવીશ ત્યારે ભલે ફોડ પડતો.'

'તારું સીક્રેટ સાચવતાં અમારે બહુ કાળજી રાખવી પડશે. અમારો દોસ્ત આવો તાલેવંત હોય અને લોકો એને મુફલીસ ગણ્યા કરે એવું કેટલા દિવસ સાંભળ્યા કરીએ?'

'એનો વાંધો નહીં. ક્યારેક તો બધાને એની ખબર પડવાની જ છે ને. પણ વખત પહેલાં ખબર પડી જાય તો બધી મઝા મારી જાય. તમે કાળજી રાખજો કે તમારાથી વાત ન ફૂટી જાય.'

૪૨ સમણાં

બધા લખાકાકાને ત્યાં પહોંચ્યા ત્યારે લખાકાકા ઘરમાં જ હતા. એમણે રમેશ અને મનહરને તો ઓળખ્યા પણ નવનીતની ઓળખાણ એમને ન પડી. 'આવો, અલ્યા, ખરા બપોરે કેમના ભૂલા પડ્યા આ લખાકાકાને ત્યાં?' એમણે કહ્યું.

'આ નવનીત કહે લખાકાકાને મળવા જવું છે. અમારેય તમને મળવાનું મન તો થાય પણ કામ વગર અમદાવાદનો ફેરો ખવાય છે?'

'અલ્યા નવનીત, મારા બેટા, તું તો ઓળખાય એવોય નથી રહ્યો ને! કહો શી નવાજૂની છે?'

'નવાજૂની તો શી હોય? મારે તો બધી વાતો નવી જ છે. ગામ બહુ બદલાઈ ગયું છે. હમણાં બેચાર દિવસ પહેલાં વાતવાતમાં જાણવા મળ્યું કે તમારું મહૂડિયું વેચવાનું છે, તો થયું કે કાકાને મળતો આવું ને સાચી વાત જાણતો આવું.' નવનીતે કહ્યું.

'વેચવાનું તો છે પણ તારે લાયક નથી. તારાથી આ લોકો જેવી મહેનત હવે ના થાય અને મારે કોઈક દિવસ સાંભળવાનું થાય કે લખાકાકાએ ગળે વળગાડી દીધું.' કાકાએ ચોખ્ખી વાત કરી.

'ને મારે ખેતી કરવીય નથી. આ તો આ બે જણાએ થોડી સગવડ કરી છે ને ખૂટતા ઉમેરીને જો બનતું હોય તો એમને માટે લેવું છે. આ બે જણા તમારા દીકરા જેવા જ છે. તમે ચોકકસ આંકડો કહો તો મેળ પડી જાય હું અહીં છું ત્યાં સુધીમાં.'

'જો બધાને ખબર છે કે હું પંચોતેર હજારથી ઓછામાં એ પાટ કાઢવાનો નથી પણ તમે ત્રણેય ગોઠિયા ભેગા મળીને આવ્યા છો તો જાવ સીત્તેર હજાર આપજો.'

'આમેય તમે અમને તમારા જ ગણ્યા છે તો એમ કરો પાંસઠ હજાર રાખો તો પૈસા રોકડા આપી દઈએ. મારે પાછું ઉતાવળથી જવાનું છે.' નવનીતે એક પગથિયું વધારે માંડ્યું.

'જો તમે સાચેસાચ ખરીદવા જ આવ્યા હો તો વિચાર કરી જોઉં. પણ ખાલી વાત કરીને કિંમત બહાર પાડવા જ આવ્યા હો તો મને એ વેચવામાં રસ નથી એમ જ માનજો.'

'કાકા, અમે ભલે તોફાનો કરતા હતા પણ કયારેય તમારી મશ્કરી કરી છે? આ પૈસા લઈને જ આવ્યા છીએ. તમે હા કહો એટલે બધી જ રકમ સામટી આપીને જઈએ. પછી તમારે દસ્તાવેજ બેચાર દા'ડે જ્યારે કરવો હોય ત્યારે કરજો ને! અમને તમારો અણપતિયાર થોડો છે?' કહેતાં નવનીતે બેગમાંથી નોટોની થોકડીઓ કાઢીને ટીપોઈ પર મૂકી. પેલા બે જણા તો શું થાય છે એની જાણે સમજણ જ ન પડતી હોય એમ એની સામે તાકી જ રહ્યા.

'તો તમે બધા નકકી કરીને જ આવ્યા છો તો તમને નિરાશ નહીં કરું.'

'તો ગણી લો આ પાંસઠ હજાર ને મૂકો ઠેકાણે. તમને અનુકૂળ હોય એ તારીખે તાલુકે આવવાનું ગોઠવીને અમને કહેવડાવજો એટલે દસ્તાવેજ થઈ જાય.' કાકા પૈસા લઈને ગણીને અંદરના રૂમમાં જઈ મૂકી આવ્યા.

'તમે બધા ચાપાણી પતાવો ત્યાં સુધીમાં હું તમને પૈસા મળ્યાની પહોંચ લખી આપું.'

'તમારી પાસેથી અમારે પહોંચ લેવાની હોય, કાકા? હા, એક વાત છે; તમે અખાત્રીજથી જમીનનો હવાલો રમેશ અને મનહરને આપી દેવાનું ગોકળકાકાને જણાવી દેજો એટલે એમનેય આવતા વરસ માટે જમીન તૈયાર કરવાની ખબર પડે. પણ ગામમાં કોઈને વાત ન કરતા કે મેં એમાં પૈસા ઉમેર્યા છે.' નવનીતે કહ્યું.

'તારા ભાઈઓએ તને ટેકો કરવાને બદલે બારણાં બંધ કરી દીધાં એ વાત મેં હજુ કાલે જ જાણી. ગામના આગેવાનોએ વચમાં પડીને સમાધાન કરાવી આપ્યું એય સારું થયું. પણ મેં તો એમ સાંભળ્યું હતું કે તું પરદેશથી કશું કમાયા વગર સાવ ખાલી હાથે જ આવ્યો છે. તો પછી આ પૈસા કયાંથી કાઢ્યા?' કાકાએ પૂછ્યું.

'એમાં મારે બહુ ઉમેરવા પડ્યા નથી. આ બે જણાએ ભેગા કર્યા જ હતા પણ પાટડી સહિયારી રાખવાની વાત એમના મનમાં મેં ઠસાવી. મારે કયાં બહુ ઉમેરવાના હતા? ને એવા તો થોડાક પાસે ન હોય તો પરદેશથી ભાડું કાઢીને દેશમાં આવવાનોય શો અર્થ?' નવનીતે કહ્યું.

બધા ચાનાસ્તો કરીને બહાર આવ્યા એટલે રમેશ કહેઃ 'પાટડી અમારે નામે લેવાની તારી ચાલ અમને ના સમજાઈ. તારે નામે જ લીધી હોત તો?'

'જો તમને બેયને ચોખ્ખીને ચટ વાત કરી દઉં, મારી પાસે પૈસા છે એ વાત તમારે ગામમાં કોઈને કરવાની નથી. તમારે તો એમ જ કહેવાનું કે ભાઈબંધ માથે પડ્યો છે તે નભાવ્યા વગર છૂટકો નથી. મને એમાં કશું ખોટું નહીં લાગે. ને પાટડીની વાત બહાર આવે એટલે કહેવાનું કે તમે બેયે થોડી થોડી બચત કરીને શહેરની બૅંકમાં મૂકી રાખી હતી ને મારા કહેવાથી બેયે ભેગા મળીને પાટડી લેવાનું ગોઠવ્યું. તમારે તમારાં બૈરાં કે છોકરાંનેય સાચી વાત કરવાની નથી. મારે એ પાટડીમાં બે ગાળાનું પાકું મકાન બાંધીને રહેવા આવવું છે. પણ ત્યાં સુધી તો તમારે કશો ફોડ પાડવાનો નથી.'

'પણ એમાં પાકું મકાન બાંધવાની વાત ઓછી છાની રહેવાની છે?'

'એય રહેશે. તમારે કહેવાનું કે તમને બૅંકવાળાએ સામેથી લોન આપવાની તૈયારી બતાવી એટલે તમે મકાન બાંધવા તૈયાર થયા છો. ને મારો એક શહેરી દોસ્ત આર્કીટેક્ટ મફત દેખરેખ રાખવા કબૂલ થયો છે એટલે કામ

પણ કોન્ટ્રાકટથી જ કરાવવાનું નકકી કર્યું છે. તમારે કશી ચિંતા કરવાની જરૂર નથી. હજુ બે મહિના તો હું અહીં રહેવાનો છું એટલા વખતમાં બધું બરાબર ગોઠવી દઈશ.'

ને એમ બે જમીનદારની સાથે એમનો લૂખ્ખો દોસ્ત નવનીત એ સાંજે ગામમાં આવ્યો.

૬. આબરૂદાર

વાત ગમે તેટલી છુપાવવા માગો તોય ગામડાની એ વસ્તીમાં લખાકાકાની પાટડીની વાત છૂપી રહે ખરી? અને એ વેચાયાની વાત છૂપી ન રહે તો એને રાખનારની વાત પણ ક્યાંથી છૂપી રહે? નાનકડા એ ગામમાં બધા ખેતી પર જ જીવતાં માણસોને આ પાટ સોનાના સાંકળા જેવી લાગતી હતી પણ પંચોતેર હજારની વાત કોઈના બખમાં આવે તેમ ન હતી. એટલે જ્યારે રમેશ અને મનહરે આ પાટ લઈ લીધી એમ બહાર આવ્યું ત્યારે આ નાનકડા ગામમાં જાણે સોપો જ પડી ગયો હતો. ચોરે ને ચૌટે એક જ વાત લોકો કરતા હતા. રમેશ અને મનહર બેય જણાએ ભેગા થઈને ડંકો વગાડી દીધો હતો.

અરે, વાત બહાર આવ્યા પછી એ બેયને ત્યાં જાણે દીકરો પરણાવી આવ્યા હોય ને જેવી ભીડ થાય એવી ભીડ જામી પડી હતી. સૌ કોઈ એમને સાબાશી આપવા આવવા માંડ્યા હતા. ને એ જમીન કેવી કસવાળી છે અને એની માવજત ગોકળકાકાથી બરાબર થતી ન હતી નહીં તો એમાં ગાડે ગાડાં પાક ઊતરે એવો છે એવી શુભેચ્છાભરી વાતો કરતા હતા.

નવનીત આવ્યો, રમેશે એને આશરો આપ્યો અને પોતાને એનો ભાગ કાઢી આપવો પડ્યો એ વાત અંબુભાઈને હૈયે વાગતી હતી. નવનીતે રમેશ અને મનહરને ચઢાવ્યે જ જક કરીને ભાગ માગ્યો હતો એમ એ મનને મનાવવા પ્ર યત્ન કરતા હતા. હજુ એમને પોતાના નવનીત પ્રત્યેના વર્તનનો પસ્તાવો થતો ન હતો. છતાં જ્યારે રમેશ અને મનહરે આખા ગામના મુગટ જેવી પાટડી રાખી ત્યારે અંબુભાઈ હરખ કરવા એમને ત્યાં ન જાય એવા વહેવારશૂન્ય તો ન જ બની શકે ને!

અંબુભાઈ રમેશને ત્યાં આવ્યા ત્યારે મનહર પણ, પાટડીનો વહીવટ ગોઠવવા તો નહીં પણ નવનીતની સાથે બેસવા આવી ગયો હતો. નવનીતે અંબુભાઈને આવતા જોઈને હીંચકા પરથી ઊભા થઈ એમને બેસવાની જગ્યા કરી આપી.

'મારા વહાલા તમે બેય ભાઈબંધ કહેવા પડે. ગામમાં કોઈને ગણહારોય ના આવ્યો ને પાટડી લઈ લીધી. ને કોઈને ગણહારો આયો હોત તોય આવી મોટી બાથ ભરવાની કોઈની હેસિયત જ કંઈ હતી? અરે તમે બે ભેગા થયા એને બદલે ચાર ભેગા થાય તોય કોઈની એટલી તેવડ કંઈ હતી કે પાટડી લઈ શકે? તમે આટલા બધા પૈસા ભેગા કર્યા ને આજ સુધી ઠેકાણે મૂકી રાખ્યા એય કાંઈ નાનીસૂની વાત છે?' એમણે કહ્યું.

'ભગવાનની દયા. બાકી અમે તો જીવતે જીવત પાટડી રાખી લેવાની આશા જ મૂકી દીધી હતી. આ નવનીતે રસ્તો બતાયો કે એકલાથી તો તમારાથી

પાટડી હો વરસેય નહીં લેવાય એના કરતાં બેય ભેગા થઈને લઈ લો. ને અમને બેયને ગળે વાત ઊતરી ગઈ. બાકી આજ સુધી બે જણાએ ભેગા થઈને ગાંમમાં ચાસેય જમીન લીધી છે ખરી?' રમેશે કહ્યું.

ત્યાં દીનુય સાબાશી આપવા આવી પહોંચ્યો. મોટાભાઈને બેઠેલા જોઈ તેને આશ્ચર્ય થયું. એણે કહ્યું: 'રમેશભાઈ તમે પાટડી લીધી એ તો જાણે ઘણું મોટું કામ કર્યું પણ ગામમાં કોઈનેય એનો અણસાર પણ ન આવવા દીધો એ એનાથીય મોટી વાત. એ લેવાની ગણતરી તો બધા કરતા હતા પણ કોઈનું એ લેવાનું ગજુ જ ન હતું.'

'ગજુ તો મારુંય ક્યાં હતું? પણ તારા ભાઈ નવનીતે એક ટકોર કરી ને અમને લાગ્યું કે એમ કરીએ તો જ પાટડી લેવાશે. તોય દસ હજાર તો બૅંકમાંથી લેવા પડ્યા છે. બેચાર વરસ ભીડ વેઠવી પડશે એટલું જ.' રમેશે કહ્યું ને નવનીત તરફ આંખનો ઈશારો કર્યો. ને નવનીત જ એમની બૅંક હતો ને!

'વગર પાટડીએ આટલા બચાવ્યા હતા તે હવે આ પાટડીની આવક ઉમેરાતાં બૅંકનું દેવું વાળતાં વાર શી લાગવાની હતી? છોકરાં મહેનતથી થાકે એવાં નથી એટલે વાંધો નહીં આવે.' અંબુભાઈએ કહ્યું.

હજુ અખાત્રીજની આડે તો મહિનો બાકી હતો ને ગોકળકાકાએ પાટડીમાં બજરી લીધા પછી ચોમાસામાં તમાકુ કરવાની ગણતરીએ કશું બીજું કર્યું ન હતું એટલે એમણે તો લખાકાકાનો સંદેશો મળતાં જ અખાત્રીજની વાટ જોયા સિવાય પાટડી રમેશ અને મનહરને સોંપી દીધી હતી.

ને પાટડીનો હવાલો મળતાં જ બેય દોસ્તોના દીકરા ને એમનાય દીકરા પાટડીમાં કામે લાગી ગયા હતા. કોઈ વાડ સરખી કરવા લાગ્યા હતા તો કોઈ સૂડ કરવામાં વળગી ગયા હતા. એમના મનમાં પાટડીની શિકકલ બદલી નાખવાની એષણા ડોકિયાં કરતી હતી. અને એમ થાય એમાં નવાઈ પણ ન હતી. માલિકી બદલાય એટલે દરેક જમીનનો ભભકો ફરી જ જતો હોય છે. જમીન રાખનારને એ જમીનને સુધારી એમાંથી વધારે ઉત્પન્ન મેળવવાની ભાવના આપોઆપ જાગતી જ હોય છે.

ગામમાંથી બૈરાંય હરખ કરવા આવતાં હતાં. કોઈક કહેતું: 'બેય ભાઈબંધોએ પાટડી રાખીને તો વટ પાડી દીધો. એવાયે ચૌટે બેસીને જતા આવતાની મશ્કરી કરતા પણ એમણે પૈસોય ખોટો ખર્ચ્યો નથી. આટલા બધા પૈસા કાંઈ અમથા ભેગા થયા હશે? એમણે કસર કરી ને તેવડ રાખી તે છોકરાંને જિંદગીની નિરાંત કરી આલી ને!'

'બીજાં તો તમને કહેતાં કહેશે પણ મને તો તમારાં બેયનાં આ ઘરને ઠેકાણે હવેલી દેખાય છે. પાંચ જ વરસમાં બેય મેડીબંધ પાકાં ઘર ના બંધાવે તો મને કહેજો.' કોઈક બીજું કહેતું.

ચાપાણીનાં તપેલાં ચૂલેથી ઊતરતાં જ ન હતાં. કોઈ જતું તો બીજું કોઈ આવી જ જતું હતું એની જગ્યા સાચવવા. નવનીતને મોટાભાઈ સાથે વાત કરવી હતી પણ એવી એકાંત થતી જ ન હતી. છેવટે એણે કહ્યું: 'મોટાભાઈ, મારે તમને એક વાત કરવી હતી. મારે હજુ પાછા વિલાયત એકાદબે વરસ માટે તો જવું જ પડશે. ત્યાંની હાટડી કાઢી નાખીને જે ચપટીમૂઠી મળે એ લઈ આવું તો ખેતી થાય. એટલે મને તમે જે જમીન આપી છે એ તમે બેય ભાઈઓ પહેલાં જેમ ખેડતા હતા એમ ખેડ્યા કરજો. હું આવું ત્યારની વાત ત્યારે છે. કદાચ નસીબ સાથ આપે તો ત્યાં વધારેય રહી પડું.'

'પાછો જવાનું વિચારતો હતો ત્યારે ભાગ શું કરવા પડાવ્યા?' અંબુભાઈથી બોલ્યા સિવાય ન રહેવાયું.

'મોટાભાઈ, તમને ખોટું લાગ્યું હોય તો માફી માગું છું. પણ હવે મને મારો ભાગ મળી ગયો ને જમીન મારે નામે થઈ ગઈ એટલે તમને તો કોઈ એમ નહીં કહે ને કે મારો ભાગ તમે દબાવીને બેસી ગયા છો? તમે મનમાં કશું લાવ્યા વગર પહેલાંની જેમ જમીન ખેડજો ને ભરથિયું ભરજો, મારે એમાં ભાગેય નથી જોઈતો કે એની સાંથ પણ નથી જોઈતી.' નવનીતે હાથ જોડતાં કહ્યું.

અંબુભાઈને તો એની વાત શીરાની જેમ ગળે ઊતરી ગઈ હતી પણ હજુ એમનાથી મરડાટ છોડાતો ન હતો. બાકી એના ભાગની પાંચ વીઘાં જમીન પોતાનામાંથી ઓછી થતાં તેમને તો બાર સાંધે ત્યાં તેર ટેભા તૂટે એવો ઘાટ થવાનો હતો એ વાત તો દીવા જેવી સ્પષ્ટ હતી.

પણ દીનું એમના જેવો ન હતો. એણે કહ્યું: 'ભાઈ, તમે કહો છો એમ કરીશું. બાકી તમે કશું ખોટું કર્યું નથી કે તમારે માફી માગવી પડે. આજે તમારો ભાગ પડી ગયો ને તમારા ભાગની જમીન તમારે નામે થઈ ગઈ એટલે તમે ગમે ત્યારે આવો ત્યારે તમે ખેડો કે ખેડાવી શકો. એમાં કશું ખોટું નથી.'

'તે નવનીતભાઈ, તમે ભાગ લીધોય શું ને ભાઈઓને પાછોય આપ્યો? મારાય મનમાં આ વાત ના ઊતરી. જો તમારે જમીન ખેડવી ન હતી તો પછી એ લેવા માટે આટલી બધી પરોજણ શું કરવા કરી કે ભાઈઓ સાથે સંબંધ શું કરવા બગાડ્યો?' બીજા એક જણે વચમાં પુરાતાં કહ્યું.

'એમાં સંબંધ બગાડવાની વાત કયાં આવી? તમે જુઓ છો કે ભાગ વહેંચ્યા પછીય અમે બધા સાથે બેઠા છીએ. ને તમે તો હજુ ભાગેય વહેંચ્યા નથી છતાં તમારા ભાઈઓ સાથે તમારે બેસવાનો સંબંધેય કયાં છે?' દીનુએ કહ્યું ને પેલાને તો બોલવાનું જ ના રહ્યું.

◆

બે દિવસ પછી ત્રણેય દોસ્તો વલ્લભવિદ્યાનગર ગયા. વલ્લભવિદ્યાનગર નવનીતના પરદેશ ગયા પછી બન્યું હતું એટલે આમ તો એને વલ્લભવિદ્યાનગરનો કશો સીધો પરિચય ન હતો પણ એણે છાપાંમાં

વલ્લભવિદ્યાનગર વિષે ઘણું વાંચ્યું હતું. એણે ઈંગ્લેન્ડ બેઠાં જ એક કોન્ટ્રાક્ટર સાથે એક મકાન માટે નક્કી પણ કરી દીધું હતું. એ કહેઃ 'એક નવી સોસાયટી બને છે એમાં એક મકાન મેં લઈ પણ લીધું છે. તમે બેય એ જુઓ તો ખરા. આપણે એ લઈ રાખ્યું છે.'

'જો તારે કાયમ માટે અહીં ન રહેવું હોય તો પછી મકાન લઈ રાખવાની શી જરૂર છે? તારે મહિનો બે મહિના દેશમાં રહેવું હોય તો અમારી સાથે રહેવાનું શું ખોટું?'

'તમારી સાથે રહેવાનું મને ગમે છે છતાં એકાદ મકાન અહીં લઈ રાખ્યું હોય તો આવીએ ત્યારે રહેવાય. વળી અહીં મકાનની કિંમતો રોજેરોજ વધ્યા કરતી હોય છે. કાલે અત્યારે એના પચીસ પચાસ હજાર વધારે ઉપજતા હોય તો એને વેચી નાખી નફોય કરી શકાય. એક જાતનું ઈન્વેસ્ટમેન્ટ જ સમજો ને.'

'પચાસ હજાર નફો કરવાની વાત કર છ તે મકાનેય મોંઘું જ હશે ને! કેટલાનું મકાન લેવાનો વિચાર કર છ?'

'પાંચેક લાખનું મકાન થશે ને વીસેક હજારનું ફર્નિચર કરાવીશું. તમને હું એટલા માટે બતાવું છું કે મારી ગેરહાજરીમાં તમે આવતા જતા રહો ને એની દેખરેખ રાખો.'

'એના કરતાં ભાડે આપી રાખ્યું હોય તો?' રમેશે વહેવારિક ઉપાય બતાવ્યો.

'ભાડે આપવાનું નથી. ભાડે આપ્યું હોય તો જ્યારે આવીએ ત્યારે વાપરવા ન મળે ને ભાડુઆત ખાલી ન કરે તો મકાન હાથમાંથી જાય.' નવનીતે કહ્યું. પેલા બેયને એની આ વાત ન સમજાઈ. જો મકાન ભાડે ન આપવાનું હોય કે એમાં કાયમ રહેવાનું ન હોય તો એની પાછળ પાંચ લાખ રૂપિયા ખર્ચવાની શી જરૂર?

'એ તો કામ વગરનું ખોટું ખરચ કહેવાય. એ પાંચ લાખનું વ્યાજ જ વરસે પચાસ હજાર રૂપિયા થાય. એના કરતાં તારી અમદાવાદની હોટેલમાં રહેવાનું સસ્તું પડે. બે મહિના રહું તો બહુ બહુ તો પાંચ હજાર રૂપિયા ભાડાના જાય.' મનહરે કહ્યું.

'તમને એ નહીં સમજાય પણ પૈસા ફાજલ પડયા હોય તો આવાં રોકાણ અમારે કરવાં પડે. લંડનમાંય મારે બે મકાન ને બે દુકાનો છે. એની આગળ આ રોકાણની તો કશી વશાત નથી.' નવનીતે કહ્યું ને પેલા બેય જણા એની સામે વિસ્મયથી તાકી રહ્યા. એમને કયાં ખબર હતી કે લંડનમાં નવનીતની પાસે બધી મળીને પાંત્રીસ દુકાનો હતી અને કેટલાંય મકાનો હતાં. એટલે તો એમના મનમાં હજુ એ વાત ઊતરતી ન હતી કે જરૂર ન હોય તો પણ

અહીં વિદ્યાનગરમાં એક મકાન લઈ રાખવાથી એમના આ દોસ્તને શો મોટો ફાયદો થવાનો હતો?

પછી નવનીત એમને આણંદ માર્ગ પર બનતી એક સોસાયટીમાં લઈ ગયો ને એક બની રહેલું મકાન બતાવતાં કહ્યું: 'મેં બે મહિના પહેલાં આ મકાન માટે ઈંગ્લેન્ડમાંથી બારોબાર કાગળિયાં કર્યાં છે ને આવતે મહિને આપણને એની ચાવી પણ મળી જશે. તમારે દશ પંદર દિવસે અહીં આંટો મારવાનો થશે. હું તમને બેયને મકાનની ચાવી આપી રાખીશ. ક્યારેક બૈરાં છોકરાં સાથે તમારે પાંચ પંદર દિવસ રહેવા આવવું હોય તોય મઝા આવશે. ખાટલા ગાદલાં ને રસોડામાં બધી સગવડ કરી આપીશ.'

પેલા બે તો લગભગ તૈયાર થઈ જવા આવેલા આ મકાનની વિશાળતાથી અને એમાં થઈ રહેલી આધુનિક સગવડોથી અવાક બનીને એક રૂમમાંથી બીજા રૂમમાં આંટા મારી રહ્યા હતા. છેવટે રમેશે કહ્યું: 'તું કહે છે એટલે આંટો તો મારીશું પણ અહીં રહેવા આવવાની વાત નહીં બને. છોકરાં તારા આ બંગલામાં ગંદવાડો કરી મૂકે. પણ આ ખેતીની જમીન હતી તેના પર મકાન બંધાયું એટલે એમાં ઉધઈની બીક તો રહેવાની જ. એટલે ખૂણે ખાંચરે ફરીને કાયમ તપાસ તો રાખવી જ પડશે.'

'એવું ન થાય એ માટે બધી સાવચેતી મેં રખાવેલી જ છે. હવે નવી શોધ મુજબ મકાનના ચણતરમાં જ કાણાવાળી પાઈપો મુકાવી છે ને એનાં કનેક્શન એક જગ્યાએ ભેગાં કરીને એવી વ્યવસ્થા રાખેલી છે કે ત્યાં ઉધઈની દવા ભરીને બેચાર પંપ મારીએ એટલે બધી દીવાલોમાં દવા પહોંચી જાય. હું જતા પહેલાં એક જણને વર્ષે એક વખત દવા પંપ કરવાનો કોન્ટ્રાક્ટ આપતો જઈશ. મારો એક ઓળખીતો એવું કામ કરે છે.'

'આ તો નવી નવાઈની વાત જાણી. આપણે ત્યાં ગામમાં તો પીઢ્યોમાં ઉધઈ આવે છે તે આખી પીઢ ખવાઈ જાય ત્યાં સુધી કોઈને ખબર પડતી નથી.' મનહરે કહ્યું.

'મારો વિચાર તો ગામમાં પાટડીમાં પણ આવી સગવડવાળું મકાન બનાવરાવવાનો થાય છે. અહીં મકાન હોય એ તો બરાબર છે પણ ગામમાંય એક મકાન તો હોવું જ જોઈએ. તમને શું લાગે છે?'

'અમને તો લાગે છે કે તારી પાસે પૈસા વધારે પડ્યા છે તે તને આવા તુક્કા સૂઝે છે. તું જ્યારે આવે ત્યારે અમારા ઘરનાં બારણાં કાયમ તારે માટે ખૂલ્લાં જ છે. તારે ગામમાં ઘર બનાવીને ખર્ચો કરવાની જરૂર નથી. લોકોને તો ખબર પડી જ જવાની છે કે આખા ગામમાં સૌથી વધારે પૈસાદાર માણસ તું છે. હમણાં નહીં ને છોઆઠ મહિના પછી વાત જાહેર થયા વગર તો રહેવાની નથી જ ને?'

'એની તો હુંય ક્યાં ના પાડું છું? પણ જ્યાં સુધી હું પરદેશથી પાછો ન

આવું ત્યાં સુધી તમારે એ બાબતની વરાળ સરખી કાઢવાની નથી. હોળી પહેલાં હું આવીશ ત્યારે આપણે બધાંને વાત કરીશું.' નવનીતે પાછી ચોકસાઈ કરી.

પછી બપોરે હોટેલમાં જમી, આણંદમાં પિક્ચર જોઈ ત્રણેય સાંજ નમતાં ગામમાં પાછા આવી ગયા. સાંજે જમ્યા પછી નવનીતે ભાવનાના હાથમાં પાંચસોની નોટો મૂકતાં કહ્યું: 'ભાભી, આ મારી છેલ્લી બચત છે. સાચવીને વાપરજો.'

'એ તમારી પાસે જ રાખો. અમારે તો ખેતીની આવક છે એમાંથી નભી જાય છે. ને હવે તો પાટડીમાંથી વધારાની આવક થશે એટલે થોડીઘણી બચત પણ થશે. તમે રાખો, તમારે કામ લાગશે.' પછી વખત છે ને નવનીતને ખોટું લાગશે માનીને ઉમેર્યું: 'ને મારે કદાચ જરૂર પડશે તોય તમે ક્યાં આઘા છો? હું માગી લઈશ.' ને નવનીતને ખાતરી થઈ ગઈ કે એના દોસ્તે પોતાની બૈરીનેય વાત ફોડી દીધી નથી.

◆

બીજે દિવસે બધા પાટડી તરફ ફરવા ગયા હતા ત્યારે નવનીતે કહ્યું: 'મેં તમને બધી વાત કરી નથી પણ મારે માટે પાટડીમાં બે ગાળાનું સરસ મકાન બાંધવાનું મેં મનથી નકકી કરી લીધું છે. આજે તમે જ્યારે થીએટરમાં પિક્ચર જોતા હતા ત્યારે બહાર જઈ મેં મારા ઓળખીતા કોન્ટ્રાક્ટરને ફોન કરી દીધો હતો. એ આજે બપોર પછી જગ્યા જોવા આવવાનો છે.'

'એટલે તું તારા મનનું ધાર્યું જ કરવાનો છે એમ ને! તારે મકાનની જરૂર નથી ગામમાં પછી શું કરવા આમ પૈસા વેડફી દેવા તૈયાર થયો છે?' મનહરે કહ્યું.

'મારા મનનો તરંગ કહો તો તરંગ પણ મને લાગે છે કે ગામમાં મારું એક મકાન હોવું જ જોઈએ. વલ્લભવિદ્યાનગરમાં મારે ગમે એવડું મકાન હોય પણ ગામમાં સરખું રહેવાનું ન હોય તો કેમ ચાલે. માણસને છેવટે ઓળખાવાનું તો ગામથી જ છે ને! ને હું એ બાંધવાનો જ છું. બોલ, હવે તારે કશું કહેવું છે?'

'ધણીને ગમ્યું એ ઢાંકણીમાં. અમારે શું કહેવાનું હોય? પણ પછી વિદ્યાનગરવાળું મકાન શા માટે?'

'એ તો ક્યારેક નફો કરાવી જશે એવું રોકાણ જ છે. એને તો ગમે ત્યારે ખંખેરી નાંખીશ. પણ ગામમાં તો મકાન જોઈએ ને! ક્યારેક અહીં આવીને રહેવું હોય તો પાટડી હોય ને બે ગાળાનું પાકું મકાન હોય તો આવવામાં મન પાછું ન પડે. તમે બેય જોયા કરો.'

'અમે તો જોયા જ કરીએ છીએ ને! તું રડતો આવ્યો એય જોયું ને રડતો રહ્યો ને હવે ઘર રાખતો રહ્યો છું એય જોઈએ છીએ. પણ હવે તું અમારું કહેવું માન. પાટડીમાં મકાન બાંધવાનું હમણાં માંડી વાળ. આવા તાયફા કરીશ તો તારી વાત બહુ દા'ડા છાની નહીં રહે. પછી અમારું નામ ન દેતો.'

સમણાં ૫૧

'તમે જાતે વાત ના ફોડતા, નહીં તો બધી મઝા બગડી જશે. તમારે તો હું કહું એટલું જ જાહેર કરવાનું છે.'

'પણ ભાઈ પાટડી અમારે નામે છે ને એમાં તું મકાન બંધાવશે તો લોકો તો બે ને બે ચાર કરી જ લેશે ને! કેટલાક તો બે ને બે પાંચ પણ કરી લેશે. આમેય ગામમાં બધાને વહેમ તો છે ઊંડે ઊંડે કે પાટડીના આપ્યા એટલા બધા પૈસા અમારી પાસે ન જ હોય.'

'એનોય રસ્તો હું કરી લઈશ. હોઠ સાજા તો ઉત્તર ઝાઝા. મકાનેય તમે જ બાંધો છો એવો દેખાવ કરવાનો. જે બૅંકમાં આજ સુધી તમારા પૈસા પડ્યા હતા એનો મેનેજર તમારા દોસ્ત જેવો થઈ ગયો છે ને મકાન બાંધવા માટે એણે લાગવગ વાપરીને તમને સસ્તા વ્યાજની લોન આપી છે એમ જાહેર કરજો એટલે અંદર જે ખૂટતું હશે એ હું કહેવા લાગીશ.' નવનીતે કહ્યું.

'વ્યાજે પૈસા લઈને મકાન બાંધીએ છીએ એમ જાણશે તો અમારાં બૈરાં ને છોકરાંનેય એમ જ લાગશે કે અમારી મતિ ફરી ગઈ છે. એક તો પાટડી લેવામાંય બૅંકમાંથી થોડા પૈસા લેવા પડ્યા છે એમ જાહેર કર્યું છે એમાં તું બૅંકને પૈસે મકાન બંધાવવાની વાત કર છ. ભલા માણસ, કોઈને ગળે ઊતરે એવી વાત તો હોવી જોઈએ ને!'

'સારું બધાને ગળે ઊતરે એવી વાત કરીએ. તમે બધાને કહેજો કે કોન્ટ્રાક્ટર મારો દોસ્ત છે. બૅંકમાંથી તો ચાલતું ચલણ કરવા જેટલા જ પૈસા લીધા છે. બાકીના પૈસા કોન્ટ્રાક્ટરને જેમ જેમ સગવડ થાય એમ આપવાના છે. ને તમે તો ના ના કરતા રહ્યા ને મેં બધું પાકું કરી નાખ્યું છે. હવે તો પાટડીમાંથી પાંચ વરસ જે કમાણી થાય એ બધી એને આપીને દેવામાંથી છૂટા થઈ જવું છે.'

'સકર્મીની જીભ અને અકકરમીના ટાંટિયા. પણ અમારા ટાંટિયા જ અમારે ગળે ના ભરાય એ જોજે.'

'એ કોન્ટ્રાક્ટર તમારી પાસે પૈસોય નહીં માગે એ મારું વચન, બસ?'

એ દિવસે સાંજને વખતે શરદ પરીખ નામનો કોન્ટ્રાક્ટર આવ્યો. એણે ચેઈનથી ખેતરની ગામ તરફની વાડનું માપ કાઢ્યું ને એમાં બરાબર વચ્ચે જ બે ગાળાનું મકાન બાંધવાની ચર્ચા બંધ બારણે થઈ. મકાનની આગળ ત્રીસ ફીટ જગ્યા બાગ માટે છોડવાની ને ખેતીનો સામાન કે ખેતીની ઉપજ સંઘરી શકાય એવાં બે નાનાં નાનાં ડેલાંનાં માપ પણ લેવાયાં. રમેશ અને મનહરે નવનીતને ઘણોય વાર્યો કે એણે જાતે કદી ખેતી કરવાની નથી તો પછી ડેલાંનો ખરચ કરવાની શી જરૂર છે? જે ખેતર ખેડશે એ એની જાતે પોતાની ગોઠવણ કરશે. પણ એમનું કહ્યું માને તો પછી એ નવનીત જ શાનો?

૭. ગફુરી નઝમા

'અલ્યા, આપણી પાટડીની પાછળનું ખેતર તો ગફુરીનું ને!' એક દિવસ અચાનક નવનીતને કાંઈક યાદ આવ્યું હોય એમ એણે પૂછ્યું.

'કેમ તને રહી રહીને ગફુરી યાદ આવ્યો?' રમેશને પણ એ વાતનું આશ્ચર્ય થયું પણ એથીય વધારે આશ્ચર્ય એ વાતથી થયું કે એ આટલો મોડો કેમ યાદ આવ્યો.

'ગમે તેમ તોય એ આપણો ઢેખાળિયો ધકકાખાઉ તો ખરો જ ને! એણે આપણા બહુ ધકકા ખાધા છે. આપણે એને કાયમ ગફુરીમાસી કહીને ચિઢવતા છતાં એ આપણા ફેરા ખાવા તો અડધી રાતેય તૈયાર. શું કરે છે એ અત્યારે?'

'એની તો બહુ લાંબી કહાણી છે.' મનહરે કહ્યું. હજુ અખાત્રીજની આડે દશ દા'ડા હતા તોય પાટડીમાં ખાતર ભરવાનું કામ ચાલુ થઈ ગયું હતું. રમેશનાં ને મનહરનાં ગાડાં પાટડીમાં ખાતરના પૂંજા પાડી રહ્યાં હતાં. ને આ ત્રણ દોસ્તો પાટડીમાં આવેલા કૂવાના થાળાની પાળી પર બેઠા ગપ્પાં મારતા હતા.

હજુ નવનીતની સિગારેટનો કવોટા પહોંચતો હતો એટલે એણે બેયને એકએક સિગરેટ આપી ને એક પોતેય લીધી. ત્રણેય જણાએ સિગારેટ સળગાવી. પછી નવનીતે તૂટી વાતનો દોર પાછો સાંધ્યોઃ 'લાંબી વાત હોય તો ટૂંકી કરીને કહો. એવોયે ગામમાં તો લાગતો નથી નહીં તો આટલા દિવસ થયા તે મળવા તો આવ્યો જ હોત. એ જીવે તો છે ને?'

'અરે, જીવે છે શું, એણે તો નામ કાઢ્યું છે. તને યાદ હશે કે એ આપણા બાપાની ભજન મંડળીમાં કદીક જતો ને છેવાડે બેસીને કાંસીજોડાં કૂટતો? તે એમ કરતાં એને ભજનનો એવો તો રંગ લાગ્યો કે ફરતાં ગમે તે ગામમાં આપણી ભજન મંડળી જાય તોય સાથે જતો. જતાં ને આવતાં એ મૃદંગ અને કાંસીજોડાંની કોથળી ઊંચકતો ને ભજનમાં બેસતો. પછી તો એ કપાળે ટીલુંય કરતો ને જે મળે તેને જય શ્રીકૃષ્ણ કરતો.'

'મારો બેટો એક મીયાં ભગત થઈ ગયો, એમ ને?'

'અરે, ભગત તે કેવો? એ ભજનમાં રાધા બને ને રાસ રમતાં એવો તો ચગે કે જોનારાને ખબરેય ના પડે કે ક્યારે સવાર થઈ ગયું. ને લોકોય એની પાછળ ઘેલા થાય. લોકોએ એને નહીં નહીં તોય પંદર તોલા સોનાની જણસો તો

ભેટમાં આપી હશે. ને એને ખાધેપીધે આમ તો નિરાંત હતી ને મીંયાં ભગતને નામે લોકો એને વારતહેવારે એટલાં દાણાદૂણી ને સાડી-કપડાં આપતા કે એને પોતાને તો એ બધું વાપરતાંય વધ પડતી. તારા ગયા પછી તો આખી ભજન મંડળીવાળા એને લઈને કાંકરોલીવાળા મહારાજ પાસે ગયેલા અને એમને મહાપરાણે મનાવીને એને બ્રહ્મસંબંધ પણ આપાવેલો.'

'મીંયાંને બ્રહ્મસંબંધ?'

'પહેલાં તો મહારાજે બ્રહ્મસંબંધ આપવાની ચોખ્ખી ના જ પાડી. એ કહે કેહું જો એક મીંયાંને બ્રહ્મસંબંધ આપું તો આખા હિન્દુ ધર્મના બધા વડા મારી પાછળ પડી જાય ને મને ધર્મના બધા વાડામાંથી બહાર કરી દે. પણ બહુ સમજાવટ પછી એમણે નમતું જોખ્યું. એમણે સામી શરત મૂકી કે આખી મંડળી એક દિવસ નકોરડો ઉપવાસ રાખે ને એ દિવસ અને રાત અખંડ ભજન કીર્તન કરે તો બીજે દિવસે પ્રાતઃસ્નાન પછી હું એને દિક્ષા આપીશ.'

'પછી?'

'પછી તો ભજનની એવી રંગત જામી કે ખૂદ મહારાજ પણ કલાકો સુધી ભજનો સાંભળતા જ રહ્યા. એ પણ ગફુરીના ગોપી ભાવથી પ્રભાવિત થઈ ગયા. ને બીજે દિવસે એમણે ગફુરીને બ્રહ્મસંબંધ આપ્યો.'

'એની મા મરી ગયા પછી એણે પોતાની ત્રણ વીઘાં જમીનમાં બીજી બે વીઘાં જમીન ઉમેરેલી. તે હજુ ચારેક વરસ પહેલાં બધું વેચીસાટીને એ હરદ્વારમાં એક આશ્રમમાં સેવા કરવા બેસી ગયો છે. આપણે તો ક્યાં હરદ્વાર ગયા છીએ કે બધી વાત જાણીએ? પણ લખાકાકા જાત્રા કરી આવ્યા એ કહેતા હતા.' મનહરે વિગતે વાત કરી.

ને ગફુરીની વાત હતી પણ એવી. એની મા નઝમા એની મા સાથે બહાર ગામથી પેટિયું રળવા ગામમાં આવેલી. એમના આવ્યાને બીજે જ વરસે એની મા તો મરી ગઈ ને નઝમા સાવ આધાર વગરની થઈ ગઈ. એમાંય એની ફુટતી જુવાની ને આભલે મઢી કાયા.

એનો પગ આડોઅવળો પડી જાય એ પહેલાં લાલુ મલેકે એનો હાથ પકડ્યો ને એને પોતાને ત્યાં ઘરકામ કરવા રાખી લીધી. મલેકને ત્યાં જ રહેવાનું ને થાય એ કામ કરવાનું. મલેકના ઘોડાના તબેલા પાસેની ઓરડીમાં પડી રહેવાનું ને એમને રસોડે જ ખાવાનું. એને તો લહેર પડી ગઈ.

પણ ત્યાંય એ ના સતાઈ. એક રાતે બે પ્યાલી પેટમાં પડ્યા પછી મલેકની નજર નઝમાની માદક કાયા પર પડી ને નઝામા કશો વિરોધ કરે એ પહેલાં તો મલેકે એને વટલાવી દીધી. નઝમા પોતાની અસહાયતા પર આંસુ સારી રહી, પણ વખત જતાં એનેય આ વ્યવસ્થા કોઠે પડી ગઈ. એવાં બેએક વરસ વીત્યાં હશે ને એનો પગ ભારે થઈ ગયો. મલેક કહે કે નિકાલ કરાવી

નાખ પણ નઝ્મા ન માની. આ બાજુ મલેકને પોતાની આબરૂની ચિંતા થતી હતી એટલે એમણે કોઈ જાણકારની મદદ લઈ નઝ્માના ખાવામાં કાંઈક ભેળવી દીધું.

એનાથી નિકાલ તો ન થયો પણ પૂરે દા'ડે નઝ્માને દીકરો આવ્યો તે હિન્દુઓમાં જેને માતાનો રથ ફરી ગયો કહે છે એવો પૂરા માણસમાં નહીં એવો આ ગફુરી અવતર્યો. નઝ્માએ માથું કૂટ્યું પણ હવે એને મલેક સિવાય કોઈ આરો ન હતો. ને મલેકે પણ સમો વરતીને નઝ્માને એની સેવાના બદલાની કરીને પોતાનામાંથી ત્રણ વીઘાં જમીન કાઢી આપી. ને એમાં મા-દીકરો ગુજારો કરવા લાગ્યાં.

મલેકે કોમની બીકે નઝ્માના આ ગફુરને પોતાનું નામ ન આપ્યું, પણ આખા ગામને ખબર જ હતી કે એ લાલુ મલેકનું જ સંતાન હતું. છતાં છેવટે નઝ્માના ઓરસ સંતાન તરીકે ગફુરના નામની પાછળ એની મા નઝ્માનું જ નામ જોડી એને નિશાળમાં ભણવા મૂક્યો. એક તો ગફુરમાં પાવલી ઓછી અને પાછો વગર બાપનું સંતાન એટલે નિશાળનાં છોકરાં એને ગફુરીમાસી કહીને ચિઢવતાં હતાં.

થોડાં વરસ બાદ મલેક અલ્લાના દરબારમાં પહોંચી ગયા ને એમના વરસોએ તો નઝ્માને ઘરમાંથી હાંકી કાઢી. પેલું ત્રણ વીઘાંનું ખેતર પાછું લેવાય એમણે ઘણા ધમપછાડા કર્યા પણ મલેકે પોતે જ જ્યાં એનો દસ્તાવેજ કરીને એ નઝ્માને એના કામની કદરદાનીની બક્ષિસ તરીકે આપ્યું હોય ત્યાં એમનું શું ચાલે?

એ વાત તો પચાસ વરસ કરતાંય વધારે પુરાણી થઈ. ગફુરી જ સાઠ વરસનો થયો પછી વાત પણ સાઠની તો થાય જ ને! હા, નવનીતને પાછળની બધી આ વાતો નવી હતી. એણે કહ્યુંઃ 'એને લોકો ગમે તે કહેતા હોય તોય એ આપણો તો દોસ્ત હતો. તમને યાદ હશે કે આપણે એની માને દફનાવવા કબ્રસ્તાનમાંય ગયેલા ને એની જીયારતમાં જમેલા નહીં પણ આપણે પહેલેથી છેલ્લે સુધી ખડે પગે ઊભા રહેલા તો ખરા જ.'

'એ વાત તો જેમ આપણે નથી ભૂલ્યા એમ ગફુરી પણ નથી ભૂલ્યો. જ્યાં સુધી અહીં હતો ત્યાં સુધી એ અમને કાયમ મળવા આવતો ને તારાય ખબર પૂછતો. એના આંબા વેડે એટલે બેબે મણ જેટલી કેરીઓ, અમે ના ના કરતા રહીએ તોય પરાણે ઠાલવી જતો.'

'આ ઘરનું પતે એટલે રસિક વાણિયાને ને ગફુરીને મળવા જવું પડશે. એમનેય થાય કે એમના ભાઈબંધ એમને હજુ ભૂલી નથી ગયા.' નવનીતે કહ્યું.

'પણ ગફુરી તો છેક હરદ્વારમાં રહે છે.' મનહરે ગૂંચવાતાં કહ્યું.

'તે હરદ્વાર કાંઈ દુનિયાને છેડે તો નથી આવ્યું ને! તમારેય એ બહાને જાત્રા થશે. તમને મુસાફરીમાં અગવડ પડતી હોય તો આપણે ફર્સ્ટ કલાસની

ટિકીટ લઈશું પછી છે કાંઈ?'

'અમને તારી જેમ ફર્સ્ટ કલાસનાં સમણાં નથી આવતાં. અમારે તો થર્ડ કલાસની ટિકીટેય બહુ થઈ ગઈ.'

'અરે, એવું તે હોય? આપણે આવતે અઠવાડિયે જાતરાએ જવાનું એ નક્કી અને તેય ફર્સ્ટ કલાસમાં જ, એ વાતેય નક્કી. તમારે બૈરાંને ને છોકરાંને જે બહાનાં બતાવવાં હોય એ અત્યારથી જ ગોઠવી રાખજો. એક અઠવાડિયું ફરીને ઘેર પાછા આવીશું. તમને આગ્રા, દિલ્હી, ગોકુળ, મથુરાં, વૃંદાવન ને હરદ્વારની મારે જાત્રા કરાવવી એ વાત નક્કી.'

'ભગવાન બચાવે તારા આવા તરંગોથી. તને તો રોજ રોજ નવા નવા તુકકા સૂજે છે પણ અમારે તો ગોઠવીને લોકોને બહાનાં બતાવતાં તીનપાંચ થઈ જાય છે. ને તોય મનમાં બીક તો રહે છે જ કે તારું પોકળ ઉઘાડું પડી જશે.'

'ઉઘાડું તો પડવાનું જ છે, પણ હમણાં નહીં. આવતે વરસે હોળી પર, પાટડીમાં મકાન તૈયાર થઈ જાય અને હું બૈરાં છોકરાં સાથે એના વાસ્તુમાં આવું ત્યારે. ત્યાં સુધી કોઈ પણ ઉપાયે એ વાત છાની રહેવી જ જોઈએ. હું અહીં શું કરું છું એની ગંધ હજુ મેં મારાં બૈરાં છોકરાંનેય આવવા દીધી નથી.'

'પણ તું આમ ચાર હાથે પૈસા વાપર છ તે એમને ખબર તો પડી જ જાય ને!'

'ના, મેં દેશમાં ક્યારેક વાપરવા માટે એમનાથી છાના દેશમાં મૂકી રાખેલા આ પૈસા છે. એમને તો આ પૈસા અહીં પડ્યા છે એનીય ખબર નથી.'

'આટલા બધા પૈસા!'

'મૂળ તો હું આફ્રિકાથી નીકળ્યો ત્યારે બે લાખ રૂપિયા અહીં મૂકેલા. એમાં વરસે દા'ડે થોડો ઉમેરો કર્યા કરું છું ને એમાં આ ત્રીસ વરસથી વ્યાજ ઉમેરાયા કરે છે. પેલી કહેવત છે ને કે રાજમાં ઘોડાં તો દા'ડે જ દોડે પણ વ્યાજનાં ઘોડાં તો ચોવીસેય કલાક દોડે. બધા મળીને વીસ લાખ કરતાંય થોડા વધારે ભેગા થયા હતા.'

'તે તારે એનું તળિયું લાવી દેવું છે?'

'એમ થાય તોય વાંધો નહીં. ત્યાં બહુએ છે. પણ હું મારી ગણતરીથી બહારનો કોઈ ખરચો કરતો જ નથી. હજુ તો મારે વાસ્તુમાં આવું ત્યારે ગામમાં પાણીની ટાંકી બાંધી આપવી છે ને બૈરાંને માથેથી બેડાંનો ભાર હલકો કરવો છે. તમે તમારે જે થાય છે એ જોયા કરો.'

'અમે તો જોયા જ કરીએ છીએ ને! પણ આ પાટડીમાં બે ગાળાના મકાનની વાત અમને હજુય ગળે ઊતરતી નથી.' મનહરે પાછી મકાનની વાત ઉપાડી.

૫૬ સમણાં

'જાવ, એક વાતની તમારી સાથે શરત મારું છું કે મેં બે ગાળાનું મકાન પાટડીમાં બાંધ્યું એ વાત તમને એના વાસ્તુ વખતે ખોટી લાગે તો હું એ મકાન કોઈ બામણને દાનમાં આલીને વિલાયત જતો રહીશ, બસ?'

'અમે તને એવું નથી કહેતા. તારી પાસે કેટલા પૈસા છે એની તને વધારે ખબર, પણ કોઈકને એ વેડફી દીધા જેવું લાગે એના કરતાં ગણતરીપૂર્વક વાપરું તો એ ઊગીય નીકળે ને ગામમાંય તારું નામ થાય. આ ગામમાં પાણીની ટાંકી બનાવી આપવાની તારી વાત આપણને ગમી.'

'તો એ વાત નકકી, પણ જ્યાં સુધી હું વાસ્તુ કરવા આવું નહીં ત્યાં સુધી તમારે ગામમાં કોઈને કશી વાત કરવાની નથી એ ન ભૂલતા.' નવનીતે એમને પાછું યાદ દેવડાવ્યું.

પછી તો કામ ઝડપથી ચાલવા લાગ્યું. એક અઠવાડિયામાં તો શરદે મકાનના પ્લાન મુજબ કામકાજ શરૂ કરી પણ દીધું. એનાં માણસો માટે એણે અછોલાંનાં નાનાંનાનાં બેચાર ઝૂંપડાં બાંધી દીધાં ને એમાં એનાં મજૂરોને વસાવી દીધાં. ને ગામમાં કોઈને કશો ખ્યાલ આવે તે પહેલાં તો મકાનના પાયાય ખોદાઈ ગયા. ગામમાંય ચગોવગો થવા લાગ્યો કે રમેશ અને મનહરે પાટડીમાં પાકાં મકાનો બાંધવા માંડ્યાં છે. એમને પોતાનાં મકાનો નાનાં પડતાં હતાં એ વાત સાચી પણ આવડાં મોટાં મકાનો બાંધવાની એમને જરૂર ન હતી એમ બધા માનતા હતા.

હજુ તો પાટડીના પાંસઠ હજાર રૂપિયા એમણે કેમના કાઢ્યા એ જ ગામલોકોને જ્યાં મનમાં ઊતરતું ન હતું ત્યાં આ મકાનોની વાત એમને એમને ગળે કેવી રીતે ઊતરે? અને જે રીતે એના પાયા ખોદાયા હતા એ રીતે તો બેથી ત્રણ લાખનું એ મકાન થવાનું હતું એમ રસ્તે જતાનેય અંદાજ આવી જાય એમ હતો. જ્યાં પાટડીના પંચોતેર હજારની વાત લોકોને ગળે ઉતરતી ન હતી ત્યાં આ ત્રણ લાખનાં મકાનોની વાત એચને ગળે કેવી રીતે ઉતરશે? પણ ગામલોકોને કયાં ખબર હતી કે એ મકાનો પાંચ લાખનાં થવાનાં હતાં!

જેમ જેમ કામ આગળ વધતું ગયું તેમ તેમ ગામમાંથી વધારે ને વધારે લોકો એ જોવા આવવા લાગ્યાં ને જાતજાતના સવાલો કરી રમેશ, મનહર અને નવનીતને મૂંઝાવણમાં મૂકવા લાગ્યાં. મોટે ભાગે જો નવનીત ત્યાં હાજર હોય તો એ જ બધાંના સવાલના જવાબ આપી દેતો હતો. ગમે તેમ પણ એમના આ સવાલ-જવાબથી લોકોને એ વાતની તો ખબર પડી કે એ લોકો આ મકાન બૅંકમાંથી વ્યાજે પૈસા લઈને બાંધતા હતા.

પછી તો કેટલાય વડીલો એમને સમજાવવા આવવા લાગ્યા કે બૅંકને પૈસે મકાન બાંધવાનું ને એમનાં ઊંચાં વ્યાજ ચૂકવવાનું કેવું ગણતરી બહારનું હતું. લોકોની આવી વાત સાંભળતાં રમેશ અને મનહરનેય શરમાવા જેવું લાગતું હતું પણ એ બેય લગામ વગરને ઘોડે ચઢી જ ગયા હતા ત્યાંથી નીચે ઊતરાય

એમ જ ક્યાં હતું? એમને મનમાં થવા લાગ્યું હતું કે આ નવનીતના પર કાબૂ રાખવો પડશે નહીં તો એ આવા ઉલાળા મારીને બેયને કદીક ભેખડે ભેરવી દેશે.

ત્યાં જ નવનીતને આ ગફુરીની વાત પાછી યાદ આવી ગઈ. એને ગફુરીને મળવા કરતાં પોતાના આ બેય દોસ્તોને જાત્રા કરાવવાની ઈચ્છા વધારે હતી. એ કહેઃ 'આ શનિવારે આપણે ગફુરીને મળવા જવાનું ગોઠવીએ. મેં રેલ્વેમાં ટિકીટો બૂક કરાવી દીધી છે. તમારે ઘરવાળાંને જે બહાનાં બતાવવાં હોય એ બતાવીને શનિવારે બપોરે તૈયાર રહેવાનું છે. આપણે સાંજે આણંદથી ઊપડવાનું છે. એક અઠવાડિયામાં પાછા આવવાનો વાયદો કરજો.'

'પણ આ મકાનનું કામ પેલાએ પૂરજોશમાં ઉપાડ્યું છે ને આપણે--?'

'એમાં આપણે શું કરવાના હતા? કોન્ટ્રાક્ટર એની જાતે પ્લાન મુજબ કામ કર્યા કરશે. ને તમે તમારાં ઘરનાં માણસોનેય જણાવી દેજો કે એના કામમાં ઘોંચપરોણો ન કરે ને એને એની રીતે કામ કરવા દે.'

'એ લોકો એના કામમાં માથું નહીં મારે પણ અમારે તો એમને સમજાવતાં નાકે દમ આવી જાય છે. એમને તો મનમાં થવા માંડ્યું છે કે અમે મમતમાં આવીને આ મકાન બૅંકને પૈસે બાંધવા તૈયાર થયા છીએ એમાં પાટડીય હાથમાંથી ન જતી રહે તો સારું!'

'એમને તમે સમજાવી દેજો કે બધું ગણતરીમાં જ છે ને પાટડીને કશો વાંધો આવવાનો નથી. એમને એવી બીક લાગતી હોય તો જાત્રાએ જતા પહેલાં ચોમાસા માટે પચાસ થેલી ખાતરની મંગાવીને ઘરમાં મૂકાવી દઈશું એટલે એમને થોડી ધરપત રહેશે.' આને પેલા બેય કેમ સમજાવે કે એવું કરવાથી તો પેલાં લોકો વધારે વહેમાશે! પણ છેવટે એમણે 'હોઠ સાજા તો ઉત્તર ઝાઝા'નો સિધાંત અપનાવ્યો. એમને થયું કે આવતા ફાગણ સુધી જ જાળવવાનું હતું ને. પછી તો નવનીત જાણે ને એનો ભગવાન જાણે. વચમાં માથું જ કોણ મારવાનું છે?

ને બધાંને જેમ તેમ સમજાવી પટાવીને બધા જાત્રા કરવા ઊપડ્યા. ગામમાં તો બધા ફાવે તેમ વાતો કરવા માંડ્યા. એમણે તો એવીય વાત વહેતી મૂકી દીધી કે બૅંકના લોચાને કારણે બધા બહાનાં કાઢીને આઘાપાછા થઈ ગયા છે. તો વળી કોઈએ એવીય વાત ઉડાડી કે બૅંકની જપ્તી આવવાની છે એટલે બધા ઘેરથી નાઠા છે. લોકોની આવી વાતો સાંભળીને રમેશના ને મનહરના ઘરનાં માણસોને તો ગળે પાણીય ન ઊતરે એવો ઘાટ થઈ ગયો હતો. એમનેય પાટડીના પૈસાની વાત હજુ ગળે ઊતરી ન હતી ત્યાં બે ગાળાના મકાનની વાત ગળે ક્યાંથી ઊતરે?

આમ છતાં બાપા જે કરતા હશે એ સારું જ કરતા હશે એમ મનને મનાવવાનો એ લોકો પ્રયત્ન કરતાં હતાં. બહારથી ગમે તેટલા સ્વસ્થ દેખાવા પ્ર યત્ન કરે છતાં એમનેય હર પળે ડર રહ્યા કરતો હતો કે બૅંકની જપ્તી આજે

આવશે કે કાલે આવશે. રમેશનો દીકરો મોહન મેટ્રિક સુધી ભણેલો હતો એણે તો મનહરના મોટા દીકરા રવીન્દ્રને કાનમાં ફૂંકેય મારી હતી કે શહેરમાં જઈને બૅંકમાં તપાસ કરી હોય તો? પણ એણે બાપાને ખોટું લાગે એમ કહીને વાત ટાળી દીધી હતી.

છેવટે એમણે એક દિવસ શરદ કોન્ટ્રાક્ટરને ચા પીવાને બહાને ઘરમાં બોલાવીને મમરો મૂકી જોયોઃ 'તમને તમારા કામના પૈસા તો વાયદાસર મળે છે ને?'

'તમારે એની ચિંતા કરવાની જરૂર નથી. મને મારા નકકી કરેલા પૈસા વાયદા મુજબ મળી જાય છે ને તમે મનમાં ખાતરી રાખજો કે તમને રંગરોગાન અને ફર્નિચર સાથેનું મકાન આ ઉતરાણ પહેલાં મળી જશે. તમારે વાસ્તુની તારીખ અત્યારથી જ નકકી કરી રાખવી હોય તો મને વાંધો નથી.' એણે કહ્યું અને મોહન કે રવીદ્રને કશું બોલવાપણું જ ન રહ્યું.

⬥

તો આ તરફ નવનીતે બેય દોસ્તોને બરાબરની જાત્રા કરાવી. એ એમને દિલ્હી, આગ્રા, બનારસ, ગોકુળ, મથુરાં, વૃંદાવન વગેરે જગ્યાએ ફેરવીને છેવટે એ એમને હરદ્વાર લઈ આવ્યો. ત્યાં મીયાં ગફુરીનો આશ્રમ હતો એટલી જ વાતની જ બેય દોસ્તોને ખબર હતી. છતાં થોડી જ તપાસ કરતાં એમને આશ્રમની ભાળ મળી ગઈ. બધાને લાગ્યું કે ગફુરીએ સારી નામના મેળવી હતી.

સારી હોટેલમાં નવનીતે રૂમ રાખી લીધી હતી. બધા તૈયાર થઈને ગફુરીને મળવા ઊપડ્યા. જેટલો ઝડપથી આશ્રમનો પતો મળ્યો હતો એટલી ઝડપથી આશ્રમ ન મળ્યો. છેવટે કેટલાય માણસોને રસ્તો પૂછ્યા પછી ને કેટલીય રખડપટ્ટી પછી એ લોકો જંગલમાં આવેલા એક નાનકડા પણ રમ્ય આશ્રમ પાસે આવી પહોંચ્યા.

'આપણને ગફુરી આજે તો પાછા જવા દેશે જ નહીં. આપણે હોટેલમાં રૂમ ન રાખી હોત તો વધારે સારું થાત.' રમેશે કહ્યું.

'સાચી વાત કરું તો મને તો એનો આશ્રમ શોધતાં ને આ જંગલના વાંકાચૂકા રસ્તામાં ઠોકરો ખાતાં એવો તો થાક લાગ્યો છે કે એવોયે કહે કે ના કહે તોય આજની રાત તો એના આ આશ્રમમાં જ ધામા નાખવા છે.' મનહરે પોતાના મનની વાત કરી.

'તમારો વિચાર એવો હોય તો એમ કરીશું. પણ તમે બે જણા અહીં બાંકડા પર બેસીને થાક ઉતારો. પહેલાં તો હું એકલો જ અંદર જાઉં છું. જોઈએ તો ખરા કે એવોએ મને આટલે વરસે ઓળખે છે કે નહીં.' નવનીતે કહ્યું અને એ અંદર ગયો. રમેશ અને મનહર બહાર બેઠા.

'તને શું લાગે છે? ગફુરી એને ઓળખશે?' મનહરે પૂછ્યું.

'મને નથી લાગતું કે એ ઓળખે. આપણે જ ક્યાં એને ઓળખી શક્યા હતા?' રમેશે કહ્યું.

'અહીં રહી જ પડવું છે. બહુ વખતે ગફુરી સાથે ગપ્પાં મારવાની મઝા આવશે. નવનીતને પણ એને મળવાની ઈચ્છા હતી તે એનેય મઝા પડશે.'

'તેં જોયું? નવનીતે આપણને જાત્રા કરાવવા માટે જ બધે ફેરવ્યા. એને દરશનમાં કે જાત્રામાં બહુ રસ હોય એવું મને તો ન લાગ્યું.'

'એની પાસે પૈસા છે ને આપણે માટે ખર્ચવામાં એને મઝા આવતી હોય એમ લાગે છે. એની પાસે કેટલા પૈસા હશે? પાણીની જેમ પૈસા વેરે છે.'

'અહીં આવ્યા પછી એણે નહીં નહીં તોય લાખ રૂપિયા તો આલતુફાલતુ ખર્ચમાં જ વાપરી નાખ્યા હશે. વળી પાટડી લીધી, વિદ્યાનગરમાં પાંચ લાખનું મકાન બંધાવે છે ને પાટડીમાં બે ગાળાનું; એમાંય વધારે નહીં તોય ત્રણ લાખ તો થશે જ ને! પાછો એના વાસ્તુ વખતે બૈરાં છોકરાં સાથે આવવાનું કહે છે. મને લાગે છે કે એ દેશમાં બધા મળીને દસેક લાખ ખર્ચી નાખશે. તને શું લાગે છે?' રમેશે ગણતરી કરતાં કહ્યું.

'એની પાસે કરોડ રૂપિયા હોય તોય એમાંથી આટલા બધા તો ન ખરચે. લાગે છે કે એની પાસે એ કરતાંય વધારે પૈસા હોવા જોઈએ. આપણે પૂછવું પડશે. પણ મને નથી લાગતું કે એવોયે આપણને સીધો જવાબ આપે.' મનહરે કહ્યું.

ત્યાં તો અંદરથી ગફુર મહારાજ ચાખડીઓ ચટકાવતા આવી પહોંચ્યા. 'અલ્યા, તમે બેય સાથે આવ્યા છો તો બહાર કેમ બેસી રહ્યા છો? આવો અંદર. બહુ દિવસે આ બાવાને યાદ કર્યો.'

'એવોએ કહે કે ગફુરી મને ઓળખે છે કે નહીં એ જોઈએ. એટલે અમને બહાર બેસાડીને એ એકલો અંદર આવ્યો હતો. તેં એને ઓળખ્યો હતો?'

'એ ઓળખાય એવો રહ્યો જ ક્યાં છે? બહુ કમાયો લાગે છે. આફ્રિકા કમાવા તો ગયો હતો.' ગફુરીએ કહ્યું.

'કમાયો છે એટલે તો અમને જાત્રા કરવા લઈ આવ્યો ને તનેય મળાયું, બાકી અમારાથી તો ક્યાં અવાતું હતું?'

'સારું થયું તમે આવ્યા તો આનંદ થયો. બેચાર દિવસ જૂની વાતો યાદ કરીને મઝા કરીશું.'

'તે તારે અમને બેચાર દિવસ રાખવા છે કે શું? આવોએ તો હોટેલમાં રૂમ રાખીને એમાં સામાન મુકાવીને આવ્યો છે.' મનહરે કહ્યું.

'લે કર વાત! આમ કહો છો કે મને મળવા આવ્યા છો ને સામાન હોટેલમાં મૂકીને મને મોઢું બતાવવા આવ્યા છો? તમારે જવાનું નથી. હું તમને ભૂખ્યા નહીં રાખું. તમને ખબર નહીં હોય પણ હરિવનમાં ગફુરી મહારાજનું નામ છે. બહાર જઈને કોઈનેય પૂછો એટલે ખબર પડશે.' ગફુરીએ ગર્વથી કહ્યું.

'એની તો અમને ઘેર બેઠાંય ખબર પડી ગઈ છે. આપણા લખાકાકા જાત્રા કરીને આવ્યા ત્યારે એમણે તારી બધી વાત કરી હતી.'

'તારા આ આશ્રમમાં બીડી સિગારેટ પીવાની તો છૂટ છે કે પછી મારે બહાર જવું પડશે?' નવનીતે પોતાની તલપની વાત પાકી કરી.

'અહીંના કોઈ આશ્રમમાં એવી મનાઈ ક્યાંથી હોય, જ્યાં બાવા જ ગાંજો ફૂંકતા હોય ત્યાં? તારે સિગારેટ પીવી હોય તોય છૂટ ને ગાંજો કે ભાંગ પીવાની ઈચ્છા થાય તો એનીય વ્યવસ્થા કરી દઈશ, પછી છે કાંઈ?'

'હવે તેં કાંઈક ગમ્મત પડે એવી વાત કરી. જો ભાંગ પાવાનો હોય તો તારે ત્યાં બેચાર દિવસ રહેવાનું મન થાય એવું ખરું. બાકી તો આ વગડામાં રહેવાનું તમને બાવાઓને જ ગમે. ને ગાંજો તો આમારા વિલાયતમાંય મળે છે. એનું નામ બીજું હોય એટલું જ.'

'અલ્યા, આવોએ વિલાયતી બાવો ને તું દેશી બાવો. એના કરતાં અમે સંસારી શું ખોટા? ગફુરી તું બાવો બન્યો ને બગડી ગયો. પહોલાં તો તું બીડીય પીતો નહોતો.' રમેશે કહ્યું.

'તમને એ નહીં સમજાય. અમારા બાવાઓમાં એક માન્યતા છે કે ગાંજો પીને જે ઘેન ચઢે છે એ ભગવાનની વધારે નજીક લઈ જાય છે. કેટલાક લેખકો ને ડૉક્ટરોય એનું સેવન ક્યાં નથી કરતા?'

'એની તો મને ખબર નથી પણ ધરમના સ્થાનકમાં બેસીને તું આવું ચલાવું એ તો ગળે ઊતરે એવી વાત નથી.'

'એ તો માણસે માણસે જુદો અભિપ્રાય હોય. અહીં તો કોઈને એમાં કશો છોશ દેખાતો નથી. તમારી વાત કરું તો આપણે ત્યાં બ્રાહ્મણ માંસ મચ્છી ખાતા નથી, પણ બંગાળા કે બિહારમાં જાવ તો મહારાજને સીધું આપે તેમાંય બે માછલી શાક માટે આપે છે ને એ લોકો ખાય છે પણ ખરા. બોલ, તને આની ખબર છે ખરી?'

'ભાઈ, અમારે તો આણંદ-નડીઆદમાં જ દુનિયા પૂરી થઈ જતી હોય ત્યાં આવી બધી ખબર ક્યાંથી હોય? પણ જ્યારે તું આવું કહેતો હોય ત્યારે એ સાચું જ હશે એમ માનવું જ પડે.'

'એમ તો એમ પણ દુનિયા બહુ વિશાળ છે દોસ્ત. આ નવનીતને જ પૂછ એ આખી દુનિયા ઘૂમી વળ્યો છે. એને જુદા જુદા દેશની આવી જુદી જુદી માન્યતાઓ વિષે બધી ખબર છે. આપણે તો આપણે પણ વિલાયતના ધોળિયા ને

કાળિયાય આવી કેટલીય માન્યતાઓમાં રાચતા હોય છે. જ્યાં આવી માન્યતાની વાત આવે ત્યારે એમનું વિજ્ઞાન એ લોકો એક બાજુ મૂકી દેતા હોય છે.'

પછીની એમની રાત વાતોમાં જ પૂરી થઈ ગઈ. અરે, મોડી રાતે સૂવા પડ્યા પછીય નવનીતના મનમાં એમનાં ભૂતકાળનાં કરતૂતોની દાસ્તાન ક્યાંય સુધી ચાલ્યા કરી. એની આવાં કરતૂતોની દાસ્તાનની વાત નવી ક્યાં હતી? પણ આજે ગફુરીએ કેટલીક વાતો પાછી તાજી કરાવી હતી.

એક રાતે એમણે રસ્તામા મરેલું પડેલું એક બિલાડું જોયું ને એમના મનમાં કોઈને પજવવાની વેળ ઊપડી. એમણે ક્યાંકથી દોરડીનો ટુકડો શોધી કાઢ્યો ને પેલા મરેલા બિલાડાને ગળે ગળિયો કરીને જીવણ શેઠના બારણા બહાર સાંકળના નચૂકા સાથે એને લટકાવી દીધું. બીજે દિવસે સવારમાં બારણું ખોલતાં જ શેઠની નજરે આ ગળે ફાંસો આપીને લટકાવી દીધેલું બિલાડું પડ્યું ને એમને તો હાર્ટ એટેક આવવાનો જ બાકી રહી ગયો. એમણે કેટલીય બૂમરાણ મચાવી દીધી.

પછી કોઈને ભંગીને બોલાવવા દોડાવ્યો. એ આવીને બિલાડાનું મુડદું તાણી ગયો પછી શેઠે કામવાળી પાસે ઘસીઘસીને બારણું ને બહારનો ઓટલો બબે વખત ધોવડાવ્યાં. તોય એમને સંતોષ ન થયો હોય એમ એમણે નરભા ગોરને બોલાવીને ઘેર સત્યનારાયણની કથા પણ કરાવી. પરસાદ ખાવામાં પણ પોતાની ત્રિપુટી આગળ જ હતી એ વાતે આજેય નવનીતનું મોં મલકાઈ રહ્યું.

આ જીવણ શેઠને પજવવાની તો એમને કાયમની ટેવ હતી. એક વખત તો એમણે મહિના સુધી ક્યાં ચાવું લીધું ન હતું? વાત એમ બનેલી કે જીવણ શેઠે ને એમના ભાઈ નરોત્તમ શેઠે આણંદમાં એક દુકાન શરૂ કરી હતી. નરોત્તમ શેઠ સવારમાં વહેલા જઈ દુકાન ખોલતા અને જીવણ શેઠ ભાઈનું બપોરનું ભાથું લઈને સાડા અગિયારની બસમાં દુકાને જવા નીકળતા.

તાલોતાલ ઊનાળાનું વેકેશન પડી ગયું હતું એટલે આ ટોળકી પણ નવરી હતી. રોજ શેઠ ભાઈનું ટિફિન લઈને નીકળે એની રાહ જોઈને આ બધા બેસતા. જેવા શેઠ એમની પાસેથી પસાર થવા લાગે એ પહેલાં તો મનહર તડાક છીંકણી સૂંઘીને બેચાર જોરદાર છીંકો ઉપરા ઉપરી ખાઈ લેતો. ને શેઠ પાછા ઘર તરફ વળી જતા. ઘેર જઈ એ હિંચકે બેસતા અને પોતાનાં પત્નીને હાંક મારતાઃ 'વસંત, પીવાનું પાણી લાવ તો.' આમ તો વસંત એમના દીકરાનું નામ હતું પણ પત્નીના નામના પર્યાય તરીકે શેઠે શેઠાણીને એ આપી રાખ્યું હતું.

પાણી પીને શેઠ બહાર નીકળે કે બીજો કોઈ તડાક છીંકણીનો ટેસ્ટ કરીને છીકો ખાવાનું શરૂ કરી દે. ને શેઠ પાછા ઘેર જાય. આમ એક મહિનામાં એમને ઓછામાં ઓછી વીસેક વખત બસ ખોવડાવી હશે ને નરોત્તમ શેઠને બે વાગ્યા સુધી ભાઈની વાટ જોતા ભૂખ્યે પેટે ટટળાવ્યા હશે. વરસ પછી એમણે જ્યારે દુકાન કાઢી નાખી ત્યારે બધાને લાગ્યું હતું કે એમને કારણે જ શેઠને દુકાન

કાઢી નાખવી પડી હતી. જો કઈ વાત આટલી આગળ વધી જશે એવી એમની ગણતરી જ ન હતી.

બે દિવસ રહી બધા ગફુરીના આશ્રમમાંથી નીકળ્યા ત્યારે મનહર અને રમેશને ગફુરીને મળ્યાનો સંતોષ થયો તો નવનીતને દોસ્તોને જાત્રા કરાવ્યાનો સંતોષ થયો. એને થયું કે જે થયું એ સારું જ થયું હતું.

૮. સેવકલાલ

બધા જાત્રા કરીને ઘેર પાછા ફર્યા ત્યારે મકાનનું બાંધકામ લગભગ અર્ધું પૂરું થઈ ગયું હતું. ગામલોકો જાણે પોતાનું મકાન બંધાઈ રહ્યું હોય એમ નવાઈના માર્યા રોજેરોજ પાટડી પર આંટા માર્યા કરતા હતા. એમને હજુય આ મોટા ઉપાડામાં વિશ્વાસ પડતો ન હતો. કેટલાક તો મનહર તથા રમેશના આ અવિચારી સહસનાં માઠાં પરિણામની જ જાણે વાટ જોઈ રહ્યા હતા. એ લોકો અવારનવાર પેલા કોન્ટ્રાકટરને પૂછીને પાકું પણ કરતા હતા કે બધું બરાબર ચાલતું તો હતું ને!

રમેશ અને મનહરના પાછા આવ્યા પછી એમને કશી ખોટી અફવા ઉડાડવાનું રહ્યું નહીં એટલે એ લોકો ઘર કેટલામાં તૈયાર થશે ને એમાં જે સગવડ કરાવતા હતા એમાં કેટલો ખર્ચ થશે એવી વાતો રમેશ અને મનહરને પૂછતા હતા. જો આ વખતે નવનીત હાજર હોય તો એ જ બધાને ગળે ઊતરે એવા જવાબ આપી દેતો હતો. જો કે એની વાત કોઈને ગળે ઊતરતી ન હતી, પણ નવનીતને એની પરવા ન હતી.

એક દિવસ આ ત્રણેય દોસ્તો પાટડીમાં કૂવાના થાળા પર વાતોના તડાકા મારતા બેઠા હતા એવામાં દૂરથી સેવકલાલ આવતા દેખાયા અને રમેશે નવનીતને કોણીનો હડસેલો મારતાં કહ્યુંઃ 'તારે જૂની વાતો તાજી કરીને મન ન મનાવવું હોય તો અમે તને નવી ગમ્મત કરાવીએ. પેલા સામેથી સેવકલાલ આવે છે એને જરા ઉડાવીએ.'

સેવકની વાત આવતાં મનહર પણ સજાગ થઈ ગયોઃ 'તું તારે જે થાય એ જોયા કર. તને મઝા પડશે.' એણે કહ્યું.

'એ આવે તે પહેલાં હું તને એનો થોડો પરિચય આપી દઉં, બાકીનો તો તને એમની સાથેની અમારી વાતથી થઈ જ જશે. એવોએ ખાદીનાં લૂગડાં પહેરે છે એટલું જ બાકી પૂરેપૂરો મજનું છે. જ્યાં બે બૈરાં ભેગાં થયાં હોય ત્યાં એ કશુંક બહાનું કાઢીને પહોંચી જાય છે. હજુ બેત્રણ મહિના પહેલાં જ કન્યાશાળાની એક શિક્ષિકાએ એને બસમાં આડા હાથની દઈ દીધી હતી પણ એને એની કશી શરમ નથી.'

'એ કરે છે શું?' નવનીતે પૂછ્યું.

'એ જ ખરી ખૂબીની વાત છે. એને કામ કર્યા વગર પગાર મળ્યા કરે છે. વાત એમ છે કે આપણી સરકારે જે લોકો આઝાદીની લડતમાં એક વરસ

જેટલો સમય જેલમાં રહ્યા હોય એમને સ્વાતંત્ર્ય સેનાની ગણીને ભથ્થું બાંધી આપ્યું છે. આનો તો ત્યારે જનમેય થયેલો નહીં પણ આવા સ્વાતંત્ર્ય સેનાનીઓનાં વિધવા અને સંતાનોને પણ એક પેઢી સુધી એ આપવા માંડ્યું છે. એમાં આને લેર પડી ગઈ છે.

એના બાપાને ખેતરની બાબતમાં એક જણ સાથે મારામારી થયેલી ને એમાં એમને બે વરસની જેલ થયેલી. પણ એમની સાથે જેલમાં આઝાદીની લડતમાં પકડાયેલો માણસ હશે તેની આમણે સારી સેવા કરી હશે તે એણે કહ્યું કે આ ભાઈ એની સાથે જ પકડાયેલા હતા ને એમને બે વરસની સજા થઈ હતી. તે આના બાપ એમ ભથ્થું મેળવતા થઇ ગયેલા. બધું લોલમલોલ.'

ત્યાં સેવક કોઈની સાથે વાતે વળગ્યા એટલે રમેશે સેવકના પરિચયનો બીજો અધ્યાય શરૂ કર્યોઃ 'આમ તો આ સેવક પહોંચેલી માયા છે પણ ક્યારેક એને સાવ સામાન્ય વાત પણ સમજાતી નથી. એમ કહેવાય કે કેટલીક બાબતોમાં એ વેદિયો જ છે. એને વિશે બીજી વાતો પછી કરીશ. આ સેવકલાલ આવ્યા.'

'સેવક, અમનેય કદી તમારી સેવાનો લાભ આપો. આવો બેસો. લ્યો આ વેહરું પાથરું.' રમેશે ખાલી વિવેક કરતાં કહ્યું.

'અરે, રમેશકાકા, અમારાં આ ખાદીનાં લૂગડાં વેહરા જેવાં જ છે.' કહેતાં સેવકે થાળાની પાળી પર જમાવ્યું.

રમેશ અને મનહરને આ સેવક ગમતો ન હતો. એમને ક્યારેક એવો વિચાર થઈ આવતો ખરો કે એને બરાબરનો ઉઘલાવવા જેવો છે પણ પોતાની ઉંમરનો ખ્યાલ કરીને એ વિચારને એ ડામી દેતા હતા. પણ હમણાંના નવનીતને રવાડે ચઢ્યા પછી એમની પેલી અટકચાળું કરવાની વૃત્તિ જાગી ઊઠી હતી તેમાં આ સેવક ભટકાઈ ગયો.

'અલ્યા મગના ઘેરથી બેચાર પાલા ચા લઈ આવ,' મનહરે એક મજૂરને હાંક મારી.

પેલો આવ્યો ત્યાં સેવક કહેઃ 'મારે માટે ચા નહીં, ભાઈ. ફક્ત તુલસીનાં પાનનો ઉકાળો લાવજે. બાપુએ ચા પીવાની સ્પષ્ટ ના પાડેલી છે.'

'તે તમારા બાપ બહુ ભગતીવાળા હશે.' રમેશે કહ્યું.

'મારા બાપુ નહીં.'

'હેં તમારે બાપ જ ન હતા?' મનહરે આશ્ચર્ય બતાવ્યું.

'મેં જે વાત કરી એ ગાંધી બાપુની. એમણે ચા પીવાની ના પાડેલી છે, મારા બાપુએ નહીં.'

'તે તમે ગાંધી બાપુને રૂબરૂ મળેલા?'

'એમને મળવાનાં મારાંભાગ્ય ક્યાંથી? બાપુની હત્યા થઈ ત્યારે તો મારો જન્મેય નહીં થયેલો. પણ એમનું સાહિત્ય વાંચીને જીવનમાં ઘણું ઉતાર્યું છે.' સેવકે વડાઈ કરી.

'આ ખાદીય એ સાહિત્ય વાંચીને પહેરવા માંડી હશે?' હવે નવનીત પણ આમાં જોડાયો.

'હા, એમ જ થયેલું.' સેવકે કહ્યું.

ત્યાં પેલા ચા લેવા ગયેલા છોકરાના સંદેશામાં સમજણ ન પડતાં મનહરની દીકરી લોપા જાતે જ પૂછવા આવીઃ 'કેવો ઉકાળો?' એ મનહરને ચાનું પૂછવા જ આવતી હતી ત્યાં મગનો સામો મળ્યો. પણ એને સેવકના આ ઉકાળામાં સમજણ ન પડતાં એ ખુલાસો કરવા આવી હતી.

'બેન, તુલસીનાં દસપંદર પાનાં અને મોરસ અને એમાં ચપડીક વાટેલી સૂંઠ દૂધમાં નાંખીને ઉકાળવાનાં.' લોપા ગઈ એટલે સેવક કહેઃ 'મને લોપાબેનના મોં પરથી એમ લાગે છે કે એમને સાસરીમાં પજવણી થતી હશે.'

'ના રે, એવું કાંઈ નથી.' ચિઢ છુપાવતાં મનહર બોલ્યો.

'એવું હોય તો મારાથી છુપાવશો નહીં.' સેવક એની વાત છોડે ખરો!

'તમને એવું કેમ લાગ્યું એ જ મને સમજાતું નથી. મને લાગે છે કે તમને કમળો થયો છે એટલે તમને બધું પીળું દેખાય છે.' રમેશય સેવકની વાતથી તમતમી ગયો હતો.

'તો પછી આ હોળીનો તહેવાર આવે છે ને બેન અહીં પિયરમાં કેમ છે? ખોટું ન લગાડતા. આ તો અમારું સેવાનું કામ જ એવું એટલે પુછાઈ જાય છે.'

'જુઓ સેવક, તમે પરણ્યા નથી એટલે તમને વહેવારમાં શી ગતાગમ પડે? પરણ્યાને પહેલે વરસે દીકરી હોળી પર પિયરમાં જ હોય એવો અમારામાં રિવાજ છે.' લોપા બે દિવસમાં પાછી જવાની હતી એ વાત કરવાને બદલે મનહરે કહ્યું.

'ને તમે હવે અમારી કે લોપાની ચિંતા કર્યા વગર ઉકાળો આવે એ પીઓ ને બીજી વાતો કરો.'

'હું ભૂલતો ન હોઉં તો થોડા સમય પહેલાં હું સેવાફેરી કરતાં તમારા ગામે આવેલો ત્યારે તમારે ઘેર જ મેં ઉકાળો પીધેલો ને મઠિયાં પણ ખાધેલાં એવું મને ચોક્કસ યાદ છે. તમારા ઘરનાં મઠિયાંની મીઠાશની તો વાત જ કોઈ ઓર. હું જ્યાં જાઉં ત્યાં મારાથી એ વાત કર્યા સિવાય રહેવાય જ નહીં ને!' સેવકે ઉકાળાની સાથે મઠિયાંનું પાકું કરવા મીઠાશ વહેતી મૂકી.

એની વાતનો મર્મ પામી જતાં મનહર કહેઃ 'એ વખતે દિવાળી આવતી હતી એટલે મઠિયાં કરેલાં. અત્યારે તો સામે હોળી આવે છે એટલે ધાણી-ચણા

હોય પણ એ તો ઉકાળા સાથે ખવાય નહીં ને!'

'ધાણી-ચણા એ તો ગરીબોનું પકવાન કહેવાય. બાપુ કાયમ કહેતા કે ઘરની બહાર નીકળતી વખતે ગજવામાં રૂપિયા ન હોય તો વાંધો નહીં પણ શેર ચણા તો ગજવામાં નાખી જ જવા.'

'કોણ ગાંધી બાપુ એવું કહેતા હતા?' નવનીતે પૂછ્યું.

'ના, મારા બાપુ એવું કહેતા હતા. હું એમની એ શીખ કાયમ યાદ રાખું છું. આજેય ગજવામાં ચણા નાખીને જ નીકળ્યો હતો પણ રસ્તામા એક ગરીબ સ્ત્રીને જોઈને મારું દિલ દ્રવી ગયું તે એની ઝોળીમાં બધા ઠાલવી દીધા. સેવાનો ભેખ લીધા પછી સ્વાર્થને કેમ વળગી રહેવાય?'

'તે તમારા બાપુ હજુય એવી શિખામણ આપ્યા કરે છે?' સેવક એના બાપની વારસાઈનું ભથ્થું ખાય છે એ વાત જાણતો હોવા છતાં રમેશે પૂછ્યું.

'ના, એ તો ગુજરી ગયા.'

'એ ઘણું ખોટું થયું. એ જો હયાત હોત તો તમને ગાંધીના મારગે ચાલતા જોઈને એ કેટલા ખુશ થતા હોત! મને લાગે છે કે એય તમારી જેમ ગાંધીના જ માણસ હશે.'

'ના, એ તો ઊલટા ગાંધી બાપુને ગાળો ભાંડતા હતા.'

'આ તમે ચણાની જેવાત કરી એ સાંભળીને મને લાગે છે કે તમારાં પત્ની ફેરે આખી ગુણી ચણા શેકી રાખતાં હશે તમારે માટે.' નવનીતે કહ્યું.

'મારાં પત્ની! ના હજુ હું પરણ્યો નથી.' શરમાતાં સેવક બોલ્યો.

ત્યાં ગગન ગપેડુ ક્યાંકથી ટપકી પડ્યો. ગગન આવે એટલે ગમે તેવી મીટિંગ ચાલતી હોય તોય કોરમ થઈ જાય. એ કહેઃ 'મનહરકાકાનો અવાજ સાંભળ્યો એટલે હું ખેતરમાં જવાનું પડતું મૂકીને પાટડીમાં પેઠો. મને થયું કે કોઈક હોથ જોવા વાળો આવ્યો લાગે છે. તે હું એ કહેવા આવ્યો કે હવે હાથ જોયા વગર જ આ વાડી ને આ બંગલા જુએ એટલે એને ખબર પડી જ જાય કે પારટી મજબુત છે ને દખણાય એવી જ મળવાની છે.'

'આવ્યો તો આ સેવકને હાથ બતાવ.'

'એમને હાથ જોતાં આવડતું હોત તો અત્યાર સુધી કુંવારા ફરતા હોત, મનહરકાકા?' ગગને પોતાની ભાષામાં હાંક્યું.

'એ બધું ધતિંગ છે.' સેવક બોલી ઊઠ્યા.

'એમાં ધતિંગ જેવું શું છે? તમે હજુ પરણ્યા નથી એની તો આખા ગામને ખબર છે?' ગગને કહ્યું.

'અમે બીજી જ વાત કરતા હતા.' સેવકે પોતાના ન પરણ્યાની વાત પરથી ગાડી બીજે પાટે વાળવા પ્રયત્ન કરતાં કહ્યું.

'શાની?' ગગન.

'અમારે તો આઠે પહોર બસ સેવાની જ વાતો હોય, ગગનભાઈ.' સેવકે ભારે મોંએ કહ્યું.

'પણ હું તો તમારા લગનની વાત કરતો હતો. તે સેવકજી તમે હજુ સુધી પરણ્યા કેમ નથી?' ગગન સેવકને એમ ક્યાં છોડે તેમ હતો?

'બાપુનો આદેશ છે કે પરણવું તો કોઈ વિધવા કે ત્યક્તા સાથે જ પરણવું એમ ન થાય તો આજીવન કુંવારા રહેવું.'

'તે તમારા બાપુ પરણેલા કે પછી તમારી જેમ જ_' રમેશેય સેવકને ઉડાવવા માંડ્યા.

'એની તો મને ક્યાંથી ખબર હોય? પણ હું તો ગાંધી બાપુની વાત કરતો હતો, મારા બાપુની નહીં.' ગૂંચવાતાં સેવકે કહ્યું.

'એમ કેમ બને? તમારા બાપુ પરણ્યા હતા કે નહીં એની તો તમને ખબર હોવી જ જોઈએ ને! તમે જાનમાં તો ગયા હશો ને!' ગગને સેવકને વધારે ગૂંચવતાં પૂછ્યું.

'અલ્યા ગગન, તને એટલીય ખબર નથી પડતી કે સેવક જાનમાં ગયા હોય તોય સાવ નાના હશે પછી એમને બધું ક્યાંથી યાદ હોય?' મનહરે ગગનને કોણીનો ગોદો મારતાં વહેતું મૂક્યું.

હવે સેવક બરાબરના ગૂંચવાયા. એક તો આ બધા એમને વિચારવાની તક જ નહોતા આપતા. એક બાજુ ચાર જણા હતા ને સામે સેવક એકલા. વળી આ ત્રણ વડીલોની સાથે વાત કરવાનો આ એમનો પહેલો જ પ્રસંગ હતો. એ કહેઃ 'મને કશું યાદ નથી આવતું. જો એમણે ગાંધી બાપુની જેમ એમની આત્મકથા લખી હોત તો હું જાણી શક્યો હોત.'

'એનો વાંધો નહીં સેવકજી પણ તમે પરણો કે ન પરણો પણ તમારી આત્મકથા જરૂર લખતા જજો.'

'હા, એટલે તમારાં છોકરાંને એટલી તો ખબર પડે કે તમે પરણ્યા હતા કે નહીં.' ગગને કહ્યું. ગગન ગપ્પીને કોઈ ભટકાઈ જાય એટલે એનું આવી જ બન્યું. આજે તો એને નવનીતકાકા જેવા વડીલનો મૂક ટેકો મળ્યો હતો પછી એ ઝાલ્યો રહે ખરો?

કાંઈક વિચારતા સેવક કહેઃ 'તમારી એ વાત સાચી. મને આજ સુધી એ વિચાર જ નહીં આવેલો.

'શાનો? પરણવાનો?' ગગને ન સમજ્યાનો ડોળ કરતાં પૂછ્યું.

'ના, આત્મકથા લખવાનો. મારી આત્મકથામાંથી ભાવિ પેઢીને ઘણી પ્ર ેરણા મળશે. બાપુની જેમ—'

પણ એમને વચમાંથી અટકાવતાં ગગન બોલી ઊઠ્યોઃ 'તમે વાતવાતમાં બાપુને આગળ કર્યા કરો છો તે તમારા બાપુ કોઈ વિદ્વાન માણસ હતા કે શું?'

'હું મારા બાપુની વાત નથી કરતો. હું તો ગાંધી બાપુની વાત કરું છું. એમની મહાનતાની તો વાત જ ન થાય. તમારા ગામમાં કોઈ મોટા માણસ જન્મેલા?'

'ના, અમારા ગામમાં તો બધાં નાનાં છોકરાં જ જન્મે છે, કેમ રમેશકાકા?'

'હા, પછી ધીમેધીમે મોટાં થાય.' રમેશે હાજિયો પૂરાવ્યો.

'તમે મારા કહેવાનો મતલબ ના સમજ્યા. મોટા એટલે મહાન માણસ.' સેવકે કહ્યું.

'અમે એ જ કહીએ છીએ, બધાં નાનાં છોકરાં જ જન્મે છે. પછી કેવી રીતે ખબર પડે કે એ મહાન માણસ છે?'

'એવી તો ખબર ન પડે પણ આટલાં વરસથી આ ગામ વસ્યું છે તે અહીં કોઈ મહાન માણસ થઈ ગયા હોય તો એની તો તમને ખબર હોય ને!'

'કદાચ થયા હોય તોય એ તો મરી ગયા હોય ને!'

'મરી ગયા હોય એનો વાંધો નહીં.'

'તમે તે કેવા માણસ છો? તમે ગાંધી બાપુના માણસ થઈને એમ કહો છો કે મરી ગયા હોય એનો વાંધો નહી!'

'મારું કહેવું એમ હતું કે માણસ મરી ગયા હોય તોય એ મહાન હોય તો મહાન જ રહે છે. જો તમારા ગામમાં એવા કોઈ મહાન માણસ થઈ ગયા હોય તો—'

'એ તો એમને કોઈ પૂછવા જાય કે ભાઈ, તમે મહાન હતા? ને મર્યા પછીય તમે મહાન રહ્યા છો કે નહીં? તો સાચી વાતની ખબર પડે.

'એમાં પૂછવાનો સવાલ જ ઊભો થતો નથી.' સેવકને એ નહોતું સમજાતું કે આ લોકોને એમની આવી સાદી વાત કેમ સમજાતી નથી.

'પૂછવાનો સવાલ ઊભો કેમ નથી થતો? તમારી આ સરકારે સ્વાતંત્ર્ય સૈનિકોનાં ભથ્થાં બાંધી આપ્યાં એવાએ કઈ જેલમાં કેટલા દિવસ રહેલા એની તપાસ કર્યા વગર કેટલાય મામા-ફોઈનાંને પેન્શન ખાતા કરી દીધા છે, એવું ન થાય એટલે ભાઈ, પૂછવું તો પડે જ. હું ખોટું કહેતો હોઉં તો પૂછો આ

નવનીતકાકાને.' ગગને નવનીતને આગળ કર્યો.

'અરે, એમાં કેટલાક તો એવાય દાખલા છે કે અંગ્રેજી અમલદારોના રસોડામાં વાસણ માંજતા હતા એવાય અત્યારે ભથ્થાં ખાય છે. એ જેલમાં તો શું પણ ક્યારેય સરઘસમાં પણ નહીં ગયા હોય.' નવનીતને બદલે રમેશ બોલી ઊઠ્યો.

'ચાલો, એ બધી વાતો જવા દો. ગામમાં કોઈ બેનને સાસરી તરફથી દુઃખ હોય તો કહો.' સેવક મૂળ વાત પર આવ્યા.

'એની તો સેવક જેને સાસરી હોય તેને ખબર પડે. તમારે તો મૂળમાં સાસરી જ નથી એટલે કોઈને કદાચ દુઃખ હોય તોય તમને એમાં શી ખબર પડે?' મનહરે કહ્યું.

'આ વાત નીકળી છે તો સેવક, સાચું કહેજો, તમે પરણવામાંથી આજ સુધી કેમના રહી ગયા? તમને આજ સુધી કોઈ વિધવા કે ત્યક્તા ન મળી?' નવનીતે ઠાવકે મોંએ પૂછ્યું.

'હમણાં બે મહિના પહેલાં એવો યોગ આવ્યો હતો, કાકા.' સેવકે હૈયાવરાળ કાઢી.

'હેં, તો પછી જવા કેમ દીધો? હજુય એ મોકો ઊભો હોય તો અમને વિગતે કહો તો એનો રસ્તો કાઢી આપીએ.' રમેશે કહ્યું.

'વારસિયામાં વચલા ફળિયાવાળા મનસુખભાઈની દીકરી રેવતી ખરી ને! તે એનાં સાસરીવાળાં એને બહુ પજવતાં હતાં તે એમાં રસ લઈને મેં દરમિયાનગિરી કરેલી ને રેવતી હા ના કરતી હતી તોય મેં એના છૂટાછેડા કરાવી આપેલા.'

'આ તો ભાઈ, નવા પ્રકારની સેવા કહેવાય. એને છૂટાછેડા નહોતા લેવા તોય તમે એના છૂટાછેડા કરાવી આપેલા એ તો નવાઈની સેવા કહેવાય. પછી શું થયું?'

'પછી શું? મને થયું કે એક ત્યક્તા નારીનો ઉધ્ધાર કરવાની તક આવી છે. મેં એને કહ્યું કે ગભરાઈશ નહીં હું તારો હાથ પકડીશ. મેં એને મારા પણની વાત કરી ને સાથે બાપુના આદેશનીય સમજણ આપી પણ એ અભાગિણી ન માની. ઊલટું એના બાપે મને ધક્કા મારી ઘરમાંથી બહાર કાઢી મૂક્યો. જો એ માની ગઈ હોત તો મારુંય નામ થાત ને એનેય કીર્તિ મળત ને ગાંધી બાપુના આદેશનું પાલન પણ થાત.' સેવકે ખેદથી કહ્યું.

'પણ તમે એમ સીધો હાથ પકડવા જાવ તો એનો બાપ તમને ધક્કા જ મારે ને! બીજો કોઈ હોય તો ધક્કા મારવાને બદલે ધોકો લઈને પાછળ પડી જાય અને જો હાથમાં આવી ગયા તો હાડકાંય ભાંગી નાખે.'

'તમે સમજ્યા નહીં. મેં એનો હાથ પકડવા પ્રયત્ન નહીં કરેલો. અમારી સેવાની ભાષામાં હાથ પકડવો એટલે ઉધ્ધાર કરવો એવો અર્થ થાય.'

'તો એ રેવતીના બાપેય તમને એની સેવાની ભાષામાં જ ધક્કા માર્યા હશે.' ગગને ઠાવકું મોં રાખીને કહ્યું.

'તમે આજે ભલે મારી મશ્કરી કરો પણ ક્યારેક તમને મારી નિષ્ઠાની ખબર પડશે.' સેવકે જુસ્સાથી કહ્યું.

'અમે તમારી મશ્કરી કરતા નથી. અમે તો એમ માનીએ છીએ કે તમારી નિષ્ઠાનો બદલો તમને જરૂર મળશે.' રમેશે કહ્યું.

'સાવ સાચી વાત છે કાકાની. જો તમારું ધ્યેય પાર પાડવું હોય તો એક જગ્યા છે મારા ધ્યાનમાં. જો તમે આવી ગાંધીવાદી નમ્રતાને બદલે સ્હેજ જુસ્સાથી કામ લો તો એક અબળાનો ઉધ્ધાર થાય તેવું છે ને તમારું પણેય સચવાય તેવું છે.' ગગને મમરો મૂક્યો ને સેવક તો સેવક પણ આ દોસ્ત ત્રિપૂટી પણ ગગનની વાત જાણવા એક કાન થઈ રહી.

'એવું હોય તો ગમે તેવું કઠણ કામ હશે તોય હું જાનને જોખમેય એ પાર પડીને જ રહીશ.' સેવક જુસ્સામાં આવી ગયા.

'પેલા સોની ફળિયામાં મગન ભરાડી રહે છે એની બૈરીને એના ત્રાસમાંથી છોડાવવાનું કામ કરવા જેવું છે. એવી રૂપાળી ને સાલસ છોકરી છે તોય મગનો એને ત્રાસ આપે છે.'

રમેશ અને મનહર ગગનની ચાલ સમજી ગયા. મનહર કહેઃ 'એમાં સેવક જેવાનું કામ નહીં.'

'સેવાનું કામ હોય તો કેસરિયાં કરવાં પડે તોય હું પીછેહઠ કરું તેવો નથી.'

'એની બૈરી અમદાવાદમાં રહે છે. મગનો એને નથી તેડતો કે નથી છૂટાછેડા આપતો.'

મનહર કહેઃ 'એ બિચારી પારેવા જેવી છોડીનું જીવતર ઝેર કરી દીધું છે એણે. એવી ભણેલી અને રૂપાળી છોકરી એને મળી એ જ એનું ભાગ્ય કહેવાય પણ કાગડાને દહીંથરાની ચી ખબર પડે!'

'હું હજુય કહું છું કે એમાં આ સેવક જેવા સુંવાળા માણસનું કામ નહીં. એને ગાંધી બાપુની શરમ નડે એમ નથી. એ તો કોઈક માથાનો મળે તો જ એ કાબૂમાં આવે તેવો છે.' રમેશેય સેવકને ચાનક ચડાવવા મમરો મૂક્યો. નવનીતને આમની વાતોમાં હજુ કશી ખબર પડતી ન હતી એટલે એ ચૂપ જ રહ્યો હતો.

'તમે મને એક વખત એનું ઘર બતાવી દો એટલે હું આજથી જ સેવાનો

યજ્ઞ શરૂ કરી દઉં. પછી જુઓ કે હું શું કરી શકું છું.' આશા બંધાતાં સેવક ઉત્સાહમાં આવી ગયા હતા.

'સેવક, એમાં યજ્ઞ કર્યે કશું વળે તેમ નથી. સામે હોળી આવે છે એવી હોળી આમાંય કરવી પડે એમ છે.' મનહરે એને કામની ગંભીરતા સમજાવતાં વધુ ચાનક ચડાવી.

'એમ કરવું પડે તોય વાંધો નહીં. સેવાનો ભેખ લીધો ત્યારથી કેસરિયાં કરેલાં જ છે.' સેવક હવે પાછા પડે તેમ ન હતા.

'તો કરો કંકુના. પણ આવો જુસ્સો ટકાવી રાખજો.'

'જુઓ સેવક, તમે રહ્યા ગાંધીના માણસ એટલે તમારે તો જાણે કશો વાંધો નહીં પણ અમારે તો ગામ વચ્ચે રહેવાનું એટલે અમારું કોઈનું નામ વચમાં ન આવે એની કાળજી રાખજો.' ગગને પાણી પહેલાં પાળ બાંધતાં કહ્યું.

'એ વાતે તમે બેફિકર રહેજો. આભજમીન એક થઈ જાય તોય તમારાં નામ વચમાં નહીં આવે એ મારું વચન છે.'

ગગન કહેઃ 'તમે વચન આપ્યું એટલે અમને ધરપત વળી. તમે પાકા ગાંધીવાદી છો એટલે અમને તમારો વિશ્વાસ છે કે અમારાં નામ વચમાં નહીં આવે. પણ તમે એની સાથે વાત કરવામાંય મક્કમ રહેજો. પહેલાં તો એ સાવ નામક્કર જ જશે. કહેશે કે પરણ્યું છે જ કોણ? પણ તમે કડક રહેશો તો આખરે એ નમશે.'

'તો જય હિંદ' કહેતાં ગગનની છેવટની શિખામણ ગાંઠો બાંધી સેવક ઊપડ્યા મગનાને નાથવા.

અચાનક નવનીતને લાઈટ થઈ. 'અલ્યા, એ મગનો તો પરણ્યો છે જ ક્યાં?'

'એની તો આપણને ખબર છે પણ આ સેવકડાને ક્યાં ખબર છે? પણ ગગન તને મગનો કેમ યાદ આવ્યો?'

'મગનો તો આપણને બધાને યાદ હતો પણ મારે તો આ સેવકડાને પાઠ ભણાવવો હતો. એ જે રેવતીની વાત કરતો હતો એ મારી ફોઈસાસુની દીકરી થાય છે. આ સેવકડો ગાંધી બાપુની વાતો કરે છે પણ એણે એની સાથે પરણવા માટે જ રેવતીનું છૂટું કરાવેલું. એને જો કોઈ વિધવા વિવાહનું ભૂત વળગાડે તો એ કોઈકને મરાવી નાખીને એની વિધવા સાથે પરણવા નીકળે એવો છે. આજે એને એનો બદલો મળી જશે. લ્યો, તમે બેસો હું ખેતરમાં આંટો મારતો આવું.'

'તું આંટો માર કે ન માર શો ફેર પડે છે. તારો બાપ ઘડીવાર એ વાડી સૂની મૂકે એવો ક્યાં છે? તું તો એને સારું લગાડવા આંટા મારતો રહું છું. બેસ, ચા મંગાવીએ છીએ ઘેરથી. ત્યાં સુધીમાં સેવકનું ફુલેકુંય આવી જશે.'

ચા આવીને એના ઘૂંટડા ભરતાં અલકમલકની વાતો ચાલતી રહી. નવનીતને લાગ્યું કે એના દોસ્તોનેય એની સોબતનો રંગ લાગવા માંડ્યો હતો. આમ કલાકેક વીત્યો હશે ત્યાં ગામ તરફથી સેવક આવતા દેખાયા. એના દિદાર જોવા જેવા હતા. એનાં નાક અને લમણામાંથી લોહી નિંગળતું હતું, કપડાં ફાટી ગયાં હતાં ને એક હાથ પહેરણનાં બટન વચ્ચેની જગ્યાની ઝોળી બનાવીને ટેકવાઈ રહ્યો હતો. આવતાં જ એ કૂવાના થાળામાં ફસડાઈ પડ્યા.

'સાવ અસંસ્કારી માણસ. મને કહે હું પરણ્યો નથી પણ તારી બેન કુંવારી હોય તો મારી સાથે પરણાવ એટલે એને છૂટાછેડા આપું. એણે મને ગાડાનું આડું માર્યું. સાવ કસાઈ જેવો છે.' એ બબડ્યા.

'અમે તો તમને પહેલેથી જ કહ્યું હતું કે એ માણસ સાવ લબાડ છે. હવે એ વાત પડતી મૂકો. એની સામે તમારા જેવા ભોળા માણસનું કામ નહીં.'

'તમે એની ચિંતા ના કરશો. હવે એ છે ને હું છું. હવે એનેય ખબર પડશે કે કોઈ સાચો ગાંધીવાદી સેવક એને ભેટ્યો હતો. કહેતાં સેવક લંગડાતી ચાલે ગયા ને બધા એકબીજાને તાળી દેતા હસી રહ્યા. નવનીતને થયું એના દોસ્તોય એને રંગે રંગાવા માડ્યા હતા કે શું?

૯. પાછા ઘેર

ઈંગ્લેન્ડથીય હવે નવનીતના દીકરાના ફોન હોટેલ પર આવ્યા કરતા હતા. પણ નવનીત હોટેલ પર હોય તો જવાબ આપે ને! એ બેત્રણ દિવસે હોટેલ પર જતો ત્યારે એને મેનેજર સંદેશો આપતો હતો પણ નવનીત જાણીને સામો ફોન કરતો ન હતો. નવનીતથી હવે બહુ રોકાવાય એવું ન હતું. એણે અહીંનાં બાકીનાં કામ રમેશ અને મનહરને સોંપીને ઈંગ્લેન્ડ જવાની તૈયારીઓ શરૂ કરી દીધી હતી.

એને ત્યાંને માટે જે ખરીદી કરી એ જોઈને પેલા બે જણા તો દંગ જ રહી ગયા હતા. એમને થતું હતું કે નવનીત પાસે કેટલા પૈસા હશે કે આવી મોંઘી ચીજો પાછળ વેડફતો હશે! કેટલીક ચીજો એને બારોબાર મોકલી આપવાની વરદી આપી હતી તો કેટલીક નાની નાની ચીજો એ પોતાની સાથે લઈ જવનો હતો. સાથે લઈ જવાની ચીજો અત્યારે તો ખરીદીને એ એની હોટેલની રૂમમાં રાખી મૂકતો હતો.

'મારે તમને કશું લઈ આપવું જોઈએ પણ અત્યારે અપાય તેમ નથી. પણ હું હોળી પર દેશમાં આવું ત્યારે તમારે તમારે માટે ને બૈરાં છોકરાં માટે જે કાંઈ જોઈએ તે લખશો તો લેતો આવીશ. પૈસાની બાબતમાં ચિંતા ન કરતા. તમને ખબર તો છે જ કે મારી પાસે સારી એવી છત છે. ને હવે પછી હું જ્યારે દેશમાં આવીશ ત્યારે એ વાત સંતાડવાની જરૂર પણ નહીં હોય.' નવનીતે કહ્યું.

'અમારે કશું જોઈતું નથી. તું જેટલા વહેલા અવાય એટલો આવી જજે. અમારે તો જવાબ આપતાં નવનેજાં થવાનાં છે. જો અમારાથી નહીં રહેવાય તો થાકીને તારી બધી પોલ ઉઘાડી પાડી દઈશું. એટલે હોળી પહેલાં જ અહીં આવી જજે.'

'હું આવી તો જઈશ, પણ તમને મારા ગળાના સોગન છે જો તમે તમારાં બૈરી છોકરાંનેય વાત કરો તો. હું કહું છું એમ થવા દો. હવે બહુ બહુ તો વચમાં ચારછો મહિના આડા છે. એટલો વખત જાળવી લો તો ઉનાળામાં તમે કહેશો એ બધું મને મંજૂર છે, બસ!'

'તારે રવાડે ચઢ્યા છીએ તે છુટકો છે! પણ એક જૂઠને સાચવતાં હજાર જૂઠ બોલવાં પડે છે ને તોય પકડાઈ જવાની બીક રહે છે. તું ધારે છે એવાં લોક ભોટ નથી. એમનેય બે ને બે ચાર કરી લેતાં આવડે છે. તારી વાત આટલો વખત છાની રહી એ તો તેં આવતાંની સાથે જે મુફલીસની છાપ ઊભી કરી હતી એને કારણે જ. તોય અમને કાયમ બીક રહ્યા કરે છે કે વાત ગમે ત્યારે ફૂટી

જશો.' રમેશે કહ્યું.

'એવી ચિંતા ના કરશો. વાત તો તમે ફોડો તો જ ફૂટવાની છે, બાકી બીજા કોઈને એનો અણસાર આવે એ વાતમાંય માલ નથી. અને તમેય કોઈ વાતે મૂંઝાશો નહીં. આ વખતે અમદાવાદ જઈશું ત્યારે તમારા બેયનું એક ખાતું બૅંકમાં ખોલાવી દઈશું ને એમાં પચીસ ત્રીસ હજાર રૂપિયા મૂકી દઈશું એટલે હું આવું ત્યાં સુધી તમારો હાથ પણ ભીડમાં ન રહે.'

'અમારે પૈસા નથી જોઈતા. તું જેમ બને તેમ વહેલો આવી જવા પ્રયત્ન કરજે. આપણે જાત્રા કરવા ગયા ત્યારે લોકોએ વાત ઉડાડી હતી કે બૅંકની જપ્તી આવવાની હતી એટલે આપણે બહાર ભાગી ગયા હતા. ગામમાં આપણે બધાને ભાવતા તો ન જ હોઈએ ને! આપણે પાછા આવ્યા ત્યાં સુધી છોકરાં બાપડાં ગભરાટનાં માર્યાં અડધાં થઈ ગયાં.' રમેશે કહ્યું. નવનીતને માટે આ વાત નવી હતી. એને મનથી જ જલ્દી પાછા આવી જવાનું નક્કી કરી લીધું.

'તમને બહુ બીક લાગતી હોય તો જાવ હું ઉતરાણ ઉપર આવી જઈશ. પહેલાં પાટડીવાળાં મકાનનું વાસ્તુ કરીશું, પછી મારા વિદ્યાનગરવાળા મકાનનું વાસ્તુ કરીશું, બસ? હવે તો તમને ધરપત વળી ને!'

'હા, એટલો વખત તો અમે ગમે તેમ કરીને ખેંચી કાઢીશું.' મનહરને તેના આ વાયદાથી શાંતિ થઈ.

પછી બે દિવસમાં નવનીતે જવાની ગોઠવણ પાકી કરી લીધી. એ બેય ભાઈઓને ઘેર જઈ એમને મળ્યો. મોટાભાઈને એણે કહ્યું: 'મોટાભાઈ, મારાથી કોઈ ભૂલ થઈ ગઈ હોય તો મને માફ કરી દેજો. હું પાછો ઈંગ્લેન્ડ જાઉં છું. મારી દુકાન કાઢી નાખીને પાછો આવીશ. ભગવાનની દયાથી મને દુકાનની કિંમત જો સારી મળશે તો મારે જમીનની જરૂર નહીં પડે. તમે તમારે પહેલાંની જેમ ખેડ્યા કરજો.'

'આમેય તમારાથી ખેતી થાય એવું લાગતું નથી. એના કરતાં ત્યાં દુકાનમાં મહેનત કરીને બે પાંદડે થવા પ્રયત્ન કરો તો શું ખોટું?' ભાભીએ માથેથી કાયમનું સાલ કાઢવા કર્યું.

નવનીતે એમની વાતનું મૂળ પકડતાં કહ્યું: 'વિચાર તો એય સારો છે પણ મને ત્યાંનો જે અનુભવ છે એને હિસાબે તો દુકાન કાઢી નાખવી જ ઠીક લાગે છે. છતાં જોઈશું.'

એની વાતથી ભાભીને પૂરો સંતોષ તો ન થયો પણ એમણે મનોમન ભગવાનને પ્રાર્થના તો કરી જ કે નવનીતને અહીં પાછા આવવાને બદલે ત્યાં જ રહી પડવાની સદ્‌બુધ્ધિ આપે. રમેશ અને મનહર એમની વાતો સાંભળી મનમાં મલકાઈ રહ્યા હતા.

'અમારી વાત તો તારે ગળે નહીં ઊતરે. તારા આ ભાઈબંધો કહે એમ

કરજે.' મોટાભાઈ ટોણો મારવામાંથી ન ગયા.

'તમે અંબુભાઈ, આડી વાત ના કરશો. તમારો ભાઈ છે તે સીધો તમારે ઘેર આવ્યો હતો. તમે એને ના સંઘર્યો ત્યારે અમારે ત્યાં લઈ જવો પડ્યો ને! અમે અમારા ભાઈબંધને રઝળતો તો ના જ રહેવા દઈએ ને!'

'એટલે જ કહું છું ને કે તમારું કહ્યું કરે. ભાઈ કરતાં ભાઈબંધ વધારે.' અંબુભાઈનો મરડાટ હજુ ગયો ન હતો.

'તો તમેય સાંભળી લો, એ પાછો આવશે તોય અમારા ઘરનાં બારણાં એને માટે સદાય ખૂલ્લાં જ છે. તમારો ભાઈ હતો તે જમીન તમને પાછી ખેડવા આપી. કેમ અમને ના આપી?' રમેશે કહ્યું ને અંબુભાઈને બરાબરની ચાટી ગઈ પણ અવિચાર્યું બોલતાં જમીન હાથમાંથી સરકી જાય એમ જણાતાં એમણે સૂર બદલ્યો.

'તું તો ભાઈ, બહુ આકરો. મારા કહેવાનો અર્થ એ હતો કે બેત્રણ મહિનાથી તમે બધા ભેગા ને ભેગા છો એટલે એની પરિસ્થિતિની તમને વધારે ખબર હોય. બાકી અમે ભાઈ છીએ તે વઢીએ કે ઝઘડીએ તોય ભાઈ જ રહેવાના છીએ.'

મોટાભાઈનાં ચાપાણી પીને બધા દીનુને ત્યાં ગયા. એના પેટમાં તો કશું પાપ હતું કયાં? એણે તો બાપડાએ સામેથી કહ્યું: 'તમે તમારે બેધડક આવતા રહેજો પાછા. ત્યાં તમારું મન ના માનતું હોય તો. અહીં દશ વીઘાં જમીન છે તે તમે આરામથી રહી શકશો. કોઈને ભાગે ખેડવા આપશો તોય બાર મહિને ખાતાંપીતાં બેચાર હજાર રૂપિયા બચશે.'

'મારે જમીન કોઈને ખેડવા આપવી નથી. તમે બેય ખેડજો ને એનું ઉત્પન ખાજો. છોકરાંને ભણાવજે. ભણતરમાં કોઈનો ભાગ નથી. બાકી હું મારી રીતે મારું ફોડી લઈશ. તારે મનમાં કશું ન લાવવું.' દીનુને ભાઈની વાત ન સમજાઈ પણ એ કાંઈ બોલ્યો નહીં.

નવનીત મુંબઈથી પ્લેનમાં બેસવાનો હતો. પણ પહેલાં તો એને અમદાવાદ જવાનું હતું. હોટેલમાંની રૂમ ખાલી કરવાની હતી ને પોતાની ખરીદેલી ચીજો સાથે લેવાની હતી. એણે ટેકસી બોલાવી હતી. મનહર અને રમેશને તેણે પરાણે સાથે આવવા તૈયાર કર્યા હતા. મુંબઈમાં એણે બે દિવસ રોકાવાનું ને દોસ્તોને છેલ્લી મઝા કરાવવાનું નકકી કર્યું હતું.

ઘેરથી નીકળતાં રમેશની પત્ની ભાવનાએ કહ્યું: 'તમારા બેય ભાઈબંધોને ઠેઠ વિલાયત ના લઈ જતા પાછા.' ને નવનીતના મનમાં ઝબકારો થઈ ગયો. એને મનમાં થયું કે બેય દોસ્તોને એમની બૈરીઓ સાથે ઈંગ્લેન્ડ ફરવા લઈ જવાં જોઈએ. એણે કશો ફોડ ના પડ્યો.

નવનીતે ગુજરાત મેલમાં ત્રણેયનું ફર્સ્ટ કલાસનું અમદાવાદથી મુંબઈનું બૂકીંગ કરાવી જ રાખેલું હતું. નવનીતે દોસ્તોને જમાડ્યા. પછી બેયના નામનું ખાતું ખોલાવી એમાં પચીસ હજાર રૂપિયા જમા કરાવી દીધા. હોટેલમાંથી એનું લગેજ લઈ બધા પછી સ્ટેશને જવા નીકળ્યા. પેલા બેયનેય હવે ફર્સ્ટ કલાસની મુસાફરી કોઠે પડવા લાગી હતી. જાત્રા વખતેય નવનીતે એમને મોટેભાગે ફર્સ્ટ કલાસમાં જ ફેરવ્યા હતા.

મુંબઈમાં બે દિવસ બધાએ મઝા કરી પછી નવનીત ઈંગ્લેન્ડ જવા ઉપડ્યો ને દોસ્તો ઘર તરફ. એમને ઘેર જઈને બધાને ખરા ખોટા જવાબો આપવાના હતા. જવાબ તો નવનીતનેય કયાં આપવાના ન હતા? પણ એને ખોટા જવાબ આપવાના ન હતા. એ ઘેર કહીને જ નીકળ્યો હતો કે એ ભાઈઓને મળવા જતો હતો. હા, એણે એમને એમ જણાવ્યું ન હતું કે એ એક ધનાઢ્ય માણસ તરીકે નહીં પણ મુફલિસ માણસ તરીકે જતો હતો. પણ હવે એ એમને સાચી વાત જણાવવાનો હતો.

એના વગર એ બધાંને અગવડ તો પડી જ હશે. વળી એણે બેત્રણ વીકનું કહેલું તેને બદલે ત્રણ મહિના જેવો સમય તે બહાર રહ્યો હતો. એણે પોતે ઈંડિયા પહોંચી ગયાનો ફોન જરૂર કર્યો હતો પણ એ સિવાય બીજો ફોન કર્યો ન હતો. હા, મુંબઈથી એણે નીકળતા પહેલાં પોતાને એરપોર્ટ પર લેવા આવવા માટેનો કર્યો હતો ખરો. હવે પોતાને દેશમાં કેવો અનુભવ થયો ને પોતે ત્યાં શું કર્યું એ એમને પોતે વિગતે સમજાવશે એવું તેણે મનથી નકકી કર્યું હતું.

પોતાના મોટાભાઈએ જે કાંઈ કહ્યું હતું એ એ ભૂલી જવા માગતો હતો. ઉતરાણ પર બધાંને લઈને પંદર દિવસ માટેય એ દેશમાં આવવાનો હતો એ વાત નકકી હતી. એ શું કમાયો હતો અને એના દિલમાં શું હતું એ ગામમાં બધાંને ને પોતાના ભાઈઓને બતાવવા માગતો હતો. આખે રસ્તે એ આવા જ વિચારો કરતો રહ્યો.

એને થયું કે પોતાના તરફથી ભાઈઓને કશા સમાચાર ન મળતાં એ લોકો એમ સમજી બેઠા હોય કે પોતે હવે પાછો નહીં જ આવે. પણ પોતે પાછો આવતાં એમની ગણતરી ખોટી પડતાં એ કદાચ અણઘટતું બોલી ગયા હોય તો એમાં એમની પાતળી આર્થિક સ્થિતિ જ કારણભૂત હશે. એવી વાતો બહુ યાદ ન રાખવાનું અને એ વાતો પોતાનાં બૈરીછોકરાંને ન જણાવવાનું એણે વિચાર્યું હતું.

એને લેવા માટે પરિમલ એરપોર્ટ પર આવ્યો હતો. ઘેર જતાં એણે ધંધાની વાતો કરી. નવનીત પૂછતો ગયો ને એ બતાવતો ગયો. નવનીતને લાગ્યું કે ધંધો ધાર્યા કરતાં વધારે થયો હતો એટલે બધાંને તેની ગેરહાજરી વધારે નડી હશે. ઘેર પહોંચતાં એની પત્ની કેતકીએ કહ્યુંઃ 'એકલા એકલા લહેર કરી આવ્યા.'

'ડૅડને ઈંડિયા માફક આવ્યું લાગતું નથી.' પરિમલની પત્ની રીવાએ

સસરાના હાલ જોઈ અનુમાન કરતાં કહ્યું.

'તમારો તો રંગેય બદલાઈ ગયો છે. ત્યાં પાણી તો મળતું હતું ને નહાવા માટે?' નવનીતની દીકરી સ્વાતિએ કહ્યું.

'પાણી તો મળતું હતુ, પણ ત્યાં ગરમી કેવી પડે છે એનો ખ્યાલ છે? આવતે વરસે તમને બધાંને દેશની ગરમી બતાવવા લઈ જવાનું નકકી કરીને આવ્યો છું. પહેલાં હું નહાઈ લઉં પછી તમને બધાંને વિગતે વાત કરીશ.' નવનીતે કહ્યું એક મિનિટ કહેતાં કેતકી પતિનાં કપડાં અને ટુવાલ બાથરૂમમાં મૂકી આવી.

'પેટીઓ ખોલીને જોઈ લેજો, બધાંને માટે કાંઈ ને કાંઈ લાવ્યો તો છું. છતાં કોઈને જોઈતું હોય એ ન આવ્યું હોય તો આપણે બધાંએ જાન્યુઆરી મહિનામાં દેશમાં જવાનું છે ત્યારે લઈ આપીશ.' નવનીતે ઉમેર્યું.

'બધાંને કેમ? કોઈએ ખાસ નોતરું આપ્યું છે કે શું?'

'કોઈ શું નોતરું આપતું હતું? ઊલટાનું આપણે બધાંને નોતરાં આપવાનાં છે. વિદ્યાનગરમાં મકાન બનાવ્યું છે એનું વાસ્તુ કરવાનું છે.'

'રીટાયર થઈને તમારો દેશમાં રહેવા જવાનો તો વિચાર નથી ને!'

'અવો જ વિચાર છે જો તને માફક આવે તો.' નવનીતે કહ્યું ને બધાંને વિચાર કરતાં મૂકીને એ નહાવા માટે બાથરૂમમાં પેઠો. એના વિદ્યાનગરમાં મકાન લેવાના ઘરમાં મિશ્ર પ્રતિભાવો પડ્યા. ઘરનાં કોઈને પોતાના ગામ સાથે તો શું પણ દેશ સાથે પણ કશો લગાવ રહ્યો ન હતો.

'દેશમાં મકાન લઈને કોણ રહેવા જવાનું છે? એના કરતાં પ્રોપર્ટી લેવી જ હોય તો અહીં શું ખોટી? જ્યારે વેચવી હોય ત્યારે વેચી શકાય અને માગી કિંમત પણ મળે.'

'એમને હજુ દેશ સાંભરતો લાગે છે. ના જોયું પંદર દિવસનું કહીને ગયા હતા તોય ત્રણ મહિને પાછા આવ્યા ને!'

'એમને ગમ્યું ને મકાન લીધું એનોય વાંધો નહીં પણ બધાંને એકી સાથે દેશમાં લઈ જવા માગે છે એ કેવી રીતે શક્ય બનશે એ જ મને સમજાતું નથી.' કેતકીએ કહ્યું.

'એમણે મનથી નક્કી કર્યું હશે તો આપણને લઈ ગયા સિવાય રહેશે પણ નહીં ને મારે તાજમહાલ જોવાનું મન પણ છે.' પરિમલે પોતાના મનની વાત કરી દીધી.

'તાજમહાલ તો મારેય જોવો છે. તારા ડેડી કહે છે કે એમના બે ભાઈઓ પણ દેશમાં છે. મને એમનેય મળવાનું મન થાય છે. ફેમિલી એટલે ફેમિલી. એટલે તો તારા ડેડી ત્રણ મહિના રહી આવ્યા ને!' કેતકીએ કહ્યું.

'ફેમિલી સાથે સંબંધ તાજો કરવામાં તો મનેય મઝા પડે.' પરિમલે કહ્યું.

'તારે તો બધું ચાલી જાય પણ મારે તો ત્યાંનાં બધાનાં નામ અને સંબંધ પણ જાણીને પાકાં કરી લેવાં પડશે.'

૧૦. નવનીતનો પથારો

આજે નવનીતને જાણતા કોઈનેય પૂછો તો એમને ખબરેય ન હોય પણ ત્રીસ વરસ પહેલાં નવનીત હાથેપગે આફ્રિકા પહોંચ્યો હતો. એની પાસે સ્ટીમરમાં વીશીના ભરવાના પૈસાય ન હતા. એણે રસોડામાં કામ કરવાના બદલામાં બે ટંક મફત ખાવાની તૈયારી સાથે પહેલી નોકરી સ્ટીમર પર જ શરૂ કરી હતી. ને સ્ટીમરના કપ્તાને એની સ્થિતિ પર દયા ખાઈને એને એને રોજના રૂપિયા બેના પગારે રાખી લીધો હતો.

એક વખત તો એને એમ પણ થઈ ગયું હતું કે જો સરખો પગાર બાંધી આપે તો એ કામ કાયમ માટે કરવાનું પણ કશું ખોટું ન હતું. આફ્રિકા જઈનેય એને કામ તો શોધવાનું જ હતું ને! પણ એક વખત આફ્રિકાનો અનુભવ કર્યા પછી વાત એવું મન સાથે નકકી કરીને એણે મોમ્બાસાના બારામાં પગ મૂક્યો હતો.

બે હાથમાં નાની નાની બે જૂની સ્યૂટકેસો લઈને એ કસ્ટમમાંથી બહાર આવ્યો ત્યારે કઈ તરફ જવું એનીય તેને ખબર ન હતી. હા, એણે રસોડામાં જે કામ કરેલું એના વીસ શિલિંગ સ્ટીમરવાળાએ એને આપ્યા હતા એ એના ગજવામાં હતા. સ્ટીમર પર થયેલા ઓળખાણવાળા એક દેશી ભાઈએ એને કંપાલા જવું હોય તો સંગાથ આપવાની તૈયારી બતાવી એટલે નવનીતને તો જાણે ભગવાન મળ્યા હોય એવો આનંદ થઈ ગયો. એણે પેલાની સાથે કંપાલાની ટિકીટ લઈ લીધી.

ત્યાં પહોંચીને એણે પેલા ભાઈનો સાથ ન છોડ્યો. પેલાને પણ લાગ્યું હશે કે નવનીત વખાનો માર્યો દેશમાંથી તાજો જ આવ્યો છે એટલે એણે સામેથી એને નોકરી અપાવવાનું માથે લીધું ને બેચાર દિવસ એના ખાવા રહેવાનું ઠેકાણું ન પડે ત્યાં સુધી પોતાને ત્યાં રાખવાની તૈયારીય એણે બતાવી.

ના પાડવાની તો નવનીત પાસે જગ્યા જ કયાં હતી? મહિને બસો શિલિંગ પગાર અને રહેવા ખાવાનું શેઠને ત્યાં, એવી નોકરી એને પેલા ભાઈએ અપાવી. જેને ત્યાં એને નોકરી મળી હતી એ કોઈ મોટા ગામના હતા પણ વરસોથી મુંબઈમાં રહેલા હતા ને છેલ્લાં દશેક વરસથી આફ્રિકામાં આવી વસ્યા હતા.

એક તો નવનીત ઘેરથી થાકી-હારીને નીકળ્યો હતો અને જે કાંઈ પગાર મળતો હતો એ બધો પડ્યો રહેતો હતો એટલે એ મન મૂકીને કામમાં વળગી પડ્યો હતો. એના શેઠ ધનજીભાઈનેય એ ગમી ગયો હતો. એમણે એને છ

મહિનામાં જ બસો શિલિંગથી વધારીને અઢીસો કરી આપ્યા હતા.

શેઠને સંતાનોમાં એક દીકરી અને એક દીકરો હતાં. દીકરી મોટી હતી અને મેટ્રિકમાં એ જ વરસે પાસ થઈ હતી. ધનજીભાઈ એને પરણાવવા દેશમાં જવાનું વિચારતા હતા ત્યાં એમના એક દોસ્તે એમના કાનમાં ફૂંક મારીઃ 'ભલા માણસ, ઘરમાં જ મૂરતિયો છે ને દેશમાં શું કરવા દોડો છો?'

'છોકરો છે તો બધી રીતે લાયક પણ નાના ગામનો છે એટલે મન જરા પાછું પડે છે.' ધનજીભાઈએ કહ્યું.

'હવે તમારી મોટા ગામની વાતો પડતી મૂકો ને જરા શાંતિથી વિચારો. દેશમાંથી અજાણ્યો જમાઈ વહોરી લાવશો ને આડો નીકળશે તો છોકરી તો છોકરી પણ ભેગાં તમેય હેરાન પરેશાન થઈ જશો. ના જોયું પેલા શંકરભાઈનું? મારું માનો તો દિવાળી પછી લગન પતાવી જ દો.'

ને પેલા દોસ્તની વાત ધનજીભાઈને ગળે ઊતરી ગઈ. ને એમ આપણા નવનીતભાઈ વહુવાળા થઈ ગયા. એની પત્ની કેતકી સ્વભાવની સારી હતી અને ત્રેવડથી રહેવા ટેવાયેલી હતી. એણે જ એક દિવસ ધનજીભાઈ પાસે વાત મૂકીઃ 'હવે તો ભાઈ પણ દુકાનમાં મદદ કરતો થઈ ગયો છે એટલે માણસની અગવડ પડે તેમ નથી તો અમે નજીકમાં જ કોઈ જગ્યા જોઈ દુકાન શરૂ કરીએ તો?'

'નવનીતલાલને આપણા ઘરમાં શું ઓછું લાગ્યું કે તમારે આવો વિચાર કરવો પડ્યો?' ધનજીભાઈ ગભરાઈને બોલી ઊઠ્યા.

'મને કશુંય ઓછું આવ્યું નથી પણ તમારી દીકરીને એમ લાગે છે કે ક્યારેક કોઈ મને ઘરજમાઈ કહીને ટોણો મારે એના કરતાં જુદું કરવું વધારે સારું.' નવનીત બોલી ઊઠ્યો.

એક વખત વાત શરૂ થઈ એટલે તો પછી જાણે વાતને પગ આવ્યા. ને છ મહિનામાં તો નવનીતભાઈ પોતાની દુકાન સંભાળતા થઈ ગયા. પછી તો નવનીતને જાણે લાઈન મળી ગઈ. એ નાનકડી દુકાનમાંથી એણે કોફી ફેક્ટરી કરી, અને છેલ્લે હાર્ડવેરની દુકાન કરી અને છેલ્લે એણે જીનેરી પણ કરી.

છેલ્લાં બેત્રણ વરસથી રાજકારણમાં વહેમ પડતું લાગતું હતું એટલે સમય વરતી જઈ નવનીતે ધંધામાંથી તરવીને ચારેક લાખ શિલિંગ ઈંગ્લેન્ડ ટ્રાન્સફર કરી દીધા હતા. એનો વિચાર તો એવોય થઈ ગયો હતો કે બને તો બધો પથારો સંકેલીને ઈંગ્લેન્ડ ભેગા થઈ જવું, પણ ઈદી અમીને અચાનક બધાને હાંકી કાઢ્યા એટલે એની વાત એના મનમાં જ રહી ગઈ. છતાં એને એક વાતે તો સંતોષ હતો કે પોતે બીજા લોકોની જેમ સાવ હાથેપગે ભાગવું પડ્યું ન હતું.

જેમ આફ્રિકા નવનીતને ફળ્યું હતું એમ ઈંગ્લેન્ડ પણ એને ફળ્યું. અરે ફળ્યું જ શું ઈંગ્લેન્ડ તો એને જાણે અભરે ભરવા બેઠું હોય એમ વરસ્યું. એણે

જેમાં હાથ નાખ્યો એમાં એને ફાયદો થવા માંડ્યો. એણે શરૂમાં કોઈ ધંધો ન હતો ત્યારે જમીનો અને મકાનોમાં પૈસા રોકી જોયા. બધા આફ્રિકાથી ભાગીને આવ્યા હતા ને બધાને પોતાનું ઘર વસાવવાના ઓરતા પણ સરખા જ હતા એટલે જમીનો અને મકાનોના ભાવ એટલા વધી ગયા કે નવનીતને છ મહિનાના ગાળામાં જ પૈસા બમણા થઈ ગયા. પછી એણે દુકાન શોધવાનું પડતું મૂકીને જમીન અને મકાનોમાં જ લેવેચ કરવા માંડી.

એમ જ ચાર વરસ પસાર થઈ ગયાં. પછી જમીનો ને મકાનોના બજારમાં મંદી વર્તાતાં એણે પાછી દુકાનો જોવા માંડી. એણે એક દુકાન લીધી ને હજુ તો એ એનું ફર્નિચર બનાવરાવતો હતો ત્યાં એક જણ પાંચ હજાર વધારે આપવા તૈયાર થયો તો નવનીતને લાગ્યું કે દુકાનોના ધંધામાંય કસ લાગે છે. પછી તો એણે દુકાનોની લેવેચ શરૂ કરી.

એમ કરતાં એક વખત એકી સાથે પચીસ દુકાનોનો સામટો સોદો એના હાથમાં આવી ગયો. ને એ એક જ વર્ષમાં એ લાખ પાઉન્ડ કમાઈ ગયો. એનું જાણે નામ જ થઈ ગયું કે દુકાન વેચવી હોય તોય નવનીત ને દુકાન લેવી હોય તોય નવનીતનું નામ પહેલું. કોઈને પણ પૂછો તો કહેશે, 'નવનીતને મળો તમને જ્યાં જોઈએ ત્યાં દુકાન આપશે. એની પાસે લંડનના બધાય એરિયામાં દુકાનો છે.'

ને હતું પણ એવું જ. જ્યાં મળે ત્યાં નવનીત દુકાનો લીધા જ કરતો હતો. એક તો એની પાસે પૈસાની સગવડ હતી ને બૅંકવાળા પણ એને જોઈએ એટલા પૈસા આપવા પડાપડી કરતા હતા ને એના કરતાંય વધારે સારી વાત તો એ હતી કે એ જેટલી ઝડપથી દુકાનો લેતો એટલી જ ઝડપથી એની પાસેથી દુકાનો વેચાઈ પણ જતી હતી.

કોઈમાં એને બે હજાર તો કોઈમાં પાંચ હજાર પણ મળી રહેતા. ને સૌથી સારી વાત તો એ હતી કે એક એવી માન્યતા લોકોમાં પ્રસરી ગઈ હતી કે નવનીતભાઈની પાસેથી દુકાન લેનાર કોઈ કમાયા વગર રહેતો નથી. ને નવનીતને ઘેર ટંકશાળ પડતી રહેતી.

એણે દોસ્તોને પૂરી વાત કરી ન હતી પણ અત્યારેય એની પાસે પાંત્રીસ દુકાનો તો હતી જ. કોઈકમાં માણસ મૂકેલા હતા તો કોઈકમાં પચીસ ટકાથી માંડીને પચાસ ટકા ભાગ આપીને ચલાવવા આપી દીધી હતી.

દેશમાં મકાન લેવાનો વિચાર કર્યો ત્યારે જ એણે મનથી નક્કી કરી લીધું હતું કે હવે પોતાની ઘરની જે દુકાન હતી એ પણ કોઈને ચલાવવા આપી દેવી. એની ગણતરી એવી હતી કે પોતે અને પરિમલ બેમાંથી એક જણ હાજર હોય તોય ચલાવી શકાય એવી રીતે ધંધાનો વ્યાપ રાખવો ને બધાંએ વારા ફરતી વેકેશન ભોગવવું.

હજુ એણે ઘરનાં બધાંને પૂરી વાત કરી ન હતી. એને ખાતરી જ હતી

કે બધાંને આવી ધંધો ઓછો કરવાની વાત પહેલી નજરે પસંદ નહીં જ પડે પણ એક વખત એ વ્યવસ્થા ગોઠવાઈ જશે પછી એમને ચોકકસ ગમી જશે. એમની આવકમાં જે પચીસ હજારનું ગાબડું પડશે એની સામે બહુ બહુ તો એકાદબે બીજી દુકાનો લઈને કોઈને બેસાડી દઈનેય પૂરી શકાશે ને ન પુરાય તોય કશો વાંધો આવવાનો ન હતો.

એને લાગતું હતું કે જો દુકાન ચાલુ રાખશે તો છોકરાં કયારેય દેશમાં જઈ શકશે નહીં ને કદાચ વેકેશન ભોગવવા વિચારશે તોય અમેરિકા કે ચીન કે જાપાન જશે. કદાચ દેશમાં જશે તોય તાજમહાલ જોઈને દિલ્હીથી જ પાછાં ફરશે. હવે વિદ્યાનગરમાં પોતાનું સગવડવાળું મકાન હશે અને રમેશ, મનહર અને કાકાકાકીઓને ઓળખતાં થશે તો ગામમાં જવાનો એમને ઊમળકો થશે. એણે આ બધી ગણતરી કરીને જ તો મકાન બનાવરાવવાનો પ્લાન કર્યો હતો ને!

એ સાંજે જમી રહ્યા પછી નવનીતે પોતાના પ્લાન વિશે વાત શરૂ કરીઃ 'હું ઈંડિયા ગયો ત્યારે મને લાગ્યું કે આપણે પૈસા કમાવા પાછળ એવા પડી ગયા છીએ કે દેશ, ગામ અને આપણી પોતાની જાતનેય ભૂલી ગયા છીએ. હવે આપણે કામકાજ એવી રીતે ગોઠવી દેવું જોઈએ કે આપણને દરેકને વધારે નહીં તોય વરસે બેબે મહિનાનું વેકેશન મળે.'

'મને લાગે છે કે પપ્પાને દેશનાં ધૂળ અને ગરમી ગમી ગયાં છે.' સ્વાતિએ બાંધેભારે પોતાનો અભિપ્રાય આપ્યો.

'વેકેશનની વાત કરીએ તો તમારો આ વરસનો કવોટા તમે વાપરી નાખ્યો છે અને અમને અમારા વેકેશનની એવી પડી નથી. અમે તો કામમાંથી વખત કાઢીને અમારે જ્યાં જવું હોય ત્યાં જઈ આવીએ જ છીએ. હજુ ગયે વરસે જ હું અને રીવા આફ્રિકા ફરી આવ્યાં ને!' પરિમલે કહ્યું.

'દેશમાં આપણું ગામ છે, ફેમિલી છે અને હવે તો આપણી પાસે પુરતી સગવડવાળું ઘર પણ છે. તમને કોઈને દેશની કયારેય યાદ આવી હોય એવું મને યાદ નથી.'

'દેશ જોયો હોય તો એની યાદ આવે ને! તમે એકલાએ દેશમાં વરસો કાઢ્યાં છે એટલે તમને ત્યાં ગમેય ખરું ને યાદ પણ આવે. પણ અમારે તો બધું નવું _' કેતકીએ કહેવા કર્યું.

'એ તો પ્રયત્ન કરીએ તો બધું પરિચિત લાગવા માંડે. એટલે લાખ વાતની એક વાત મેં નકકી કરી લીધું છે કે આપણે રોયલ સર્કસવાળી આપણી દુકાન પણ કોઈને ભાગમાં ચલાવવા આપી દેવી અને બધાંએ વારા ફરતી બકીના ધંધાનું ધ્યાન રાખવું. અને જેનો ધ્યાન રાખવાનો વારો ન હોય તેમણે ફરજિયાત વેકેશન ભોગવા કયાંક બહાર નીકળી જવું.' નવનીતે કહ્યું. એને મનમાં ખાતરી જ હતી કે તેનો આ પ્રસ્તાવ કોઈનેય ગળે ઊતરવાનો ન હતો.

'અને જેને વેકેશનના વખતમાં કંટાળો આવે તેણે નોકરી શોધી લેવી. મેં અને રીવાએ ક્યારેય નોકરી કરી નથી તો અમને એનોય અનુભવ થઈ જશે.' પરિમલ.

'ને ભાઈ, નોકરીમાં કશી ચિંતાય નહીં. નફો થાય કે ખોટ, આપણને તો આપણો પગાર મળી જ રહે. મનેય નોકરી કરવાનું ગમશે. બહુ દિવસ શેઠાઈ કરી.' રીવા.

'તમારે મશ્કરી કરવી હોય તો કરો, પણ હવેથી કોઈએ નકકી કલાકવાળું કશુંય કામ કરવાનું નથી. તમને એમ હશે કે હું દેશમાં જઈને લહેર કરી આવ્યો હોઈશ પણ એવું નથી. મને દેશમાં બહુ ખરાબ અમુભવ થયા છે. પણ એમાય મને લાગે છે કે આપણી જ ભૂલ છે.'

'જો ખરાબ અનુભવ થયા હોય તો આટલા દિવસ ત્યાં બેસી કેમ રહ્યા ને મકાન કેમ બનાવરાવ્યું?'

'અટલા માટે કે આપણાથી જે કોઈ ભૂલ થઈ ગઈ હોય તેને સુધારી શકાય. એટલે તો હું તમને બધાંને આ જાન્યુઆરીમાં એક મહિના માટે દેશમાં લઈ જવા માગું છું.'

'અનોય વાંધો નહીં. અમને દેશમાં આવવામાંય વાંધો નથી પણ આવી કમાણી કરતી દુકાન કાઢી નાખવાની શી જરૂર?' પરિમલે કહ્યું.

'એ તમને હમણાં નહીં સમજાય. ત્યાં જે હાર્ડશીપ અને ત્રેવડથી લોકો જીવે છે એ જોયા પછી તમને લાગશે કે એમને માટે કાંઈક કરી છૂટવાની આપણી ફરજ છે.'

'ઓકે, તો તમે એમને મદદ કરવા માગો છો, એમ ને! પણ એમાં દુકાન બંધ કરવાની શી જરૂર?'

'આપણે એક વખત જાન્યુઆરીમાં દેશમાં જઈ આવીએ પછી તમને જેમ ઠીક લાગશે તેમ કરીશું, બસ?'

'દેશમાં જવાની કોણ ના પાડે છે? અમારેય આપણા દેશના ઘરના સંબંધો જાણવા ને રાખવા જ છે. પણ દુકાન બંધ કરવાની વાત મને ગળે નથી ઊતરતી.'

'એટલે તો હું કહું છું કે એક વખત દેશમાં જઈ આવીએ પછી એ અંગે નકકી કરીશું.'

એ વખતે તો એ વાત એટલેથી જ પતી પણ બે દિવસ પછી દેશમાંથી રમેશનો કાગળ આવ્યો.

'દેશમાંથી કોઈનો કાગળ આવ્યો છે. મને લાગે છે કે તમારા કોઈ દોસ્તનો હશે. અમનેય વાચવા આપજો જો તમને ખાસ વાંધો ન હોય તો.'

કેતકીએ નવનીતના હાથમાં કાગળ આપતાં કહ્યું.

'કેમ જાણ્યું કે મોટાભાઈનો નહીં હોય! જેનો હોય તેનો પણ તું પહેલાં વાંચીને જ મને આપ ને! જો કે તને એમાં ખાસ સમજણ નહીં પડે.' નવનીતે કહ્યું.

કેતકીએ કવર ખોલીને અંદરથી કાગળ કાઢી વાંચવા માંડ્યો. 'કોઈક રમેશભાઈનો કાગળ છે. લખે છે કે તમારા આવ્યા પછી લોકો પૂછી પૂછીને માથું ખાઈ જાય છે ને તમારી જેમ ગોઠવીને ખોટા જવાબો આપતાં એમને આવડતું નથી. તો જેમ બને તેમ જલ્દી દેશમાં આવી જજો.'

'તે તમે ત્યાં કોઈને પૈસા આપવાનું વચન તો નથી આપી આવ્યા ને! અહીંથી ખાસ કાંઈ લીધા વગર ગયા હતા. કોઈને મોકલવાના હોય તો તત્કાલીક મોકલી આપો એટલે એમને ખોટા જવાબ તો ન આપવા પડે ને!' કેતકીએ ખોટા જવાબનો અર્થ તારવતાં કહ્યું.

'એ બધી વાત તમને નહીં સમજાય.'

'તમે માંડીને બધી વાત કરો તો ન કેમ સમજાય? કહો, તમે દેશમાં શું કર્યું? અમારે જાન્યુઆરીમાં દેશમાં આવવું હોય તો બધું જાણવું તો પડશે ને! તમારા જેવો અનુભવ થાય તો શું કરવું એની અમને ખબર તો પડે.'

ને નવનીતને બધી વાત વિગતે કરવી પડી. એણે વાત પૂરી કરતાં કહ્યું: 'એમને પૈસાની ભીડ હોય ને એમનાથી એવું બોલાઈ ગયું હોય પણ આપણે એ વાત મનમાંથી કાઢી નાખવાની છે. મેં કદી ખેતીના કે ઘરના કામકાજમાં ભાઈને કશી મદદ કરી નથી. હું કૉલેજમાંથી નાપાસ થઈને આવ્યો ને આફ્રિકા ભાગી આવ્યો. એમને જ બાપડાને ઘરના ખર્ચા ને બહારના વહેવાર કરવા પડ્યા હશે. દીનુ તો મારાથીય નાનો એટલે મારા આફ્રિકા આવ્યા પછી બેચાર વરસે એ ખેતીમાં એમને મદદ કરતો થયો હશે. હવે આપણે એમને સાચવી લેવા જોઈએ.'

૧૧. સ્વાતિનો ફ્રેન્ડ

સ્વાતિ છેલ્લા બેએક મહિનાથી ખોઈખોઈ લાગતી હતી. ઘણી વખત એ દુકાનમાંથી પણ હમણાં આવું છું એમ કહી નીકળી જતી તો છેક સાંજે પાછી આવતી હતી. જો કે ઘરનાં કોઈને એના આવા વર્તનથી ચિંતા કરવી પડે એમ ન હતું. અરે, રીવા તો એ પાછી આવે ત્યારે પૂછતી પણ હતીઃ 'મને કહે તો ખરી કે કોણ છે એ!'

'બીજું તો કોઈ નથી પણ તારા મનનો વહેમ છે. તને તો રોજ કોઈકનાં સ્વપ્નાં આવતાં લાગે છે. મારે ભાઈને કહેવું પડશે.'

'પણ હું ક્યાં કોઈની સાથે કલાકો સુધી બહાર ફરવા ઊપડી જાઉં છું? તને એમ લાગતું હોય કે ઘરમાં કોઈને ખબર નથી તો એમ નથી. આ તો કોઈ કશું કહેતું નથી એટલું જ.' રીવાએ એને અકળાવીને વાત કઢાવવા કહ્યું. ને સ્વાતિ એની વાતમાં આવી પણ ગઈ.

'જો તને ખબર હોય તો કહે કે હું કોની સાથે ફરું છું?' એણે પૂછ્યું.

'નામની તો ખબર નથી પણ એ છોકરો તારી સાથે શોભે એવો નથી.'

'શોભે કે ન શોભે, મારે ક્યાં એની સાથે મેરેજ કરવાં છે! એ સારો દોસ્ત છે અને બે મહિના પછી ઈંડિયા પાછો ચાલ્યો જવાનો છે.'

'એ ઈંડિયામાં ક્યાં રહે છે?'

'હું માનું છું ત્યાં સુધી એ મુંબઈનો છે.' સ્વાતિએ કહ્યું.

'પણ એડ્રેસ લઈ રાખજે. આપણે આ જાન્યુઆરીમાં દેશમાં જવાનાં જ છીએ ને! પણ અહીં છે ત્યાં સુધીમાં અમને એની સાથે ઓળખાણ તો કરાવ.'

'બનતાં સુધી હું એને આવતા વીક એન્ડમાં ડીનર પર બોલાવી લાવીશ પણ બધાંને કહી દેજે કે કોઈ એને મેરેજ કે લવ જેવી વાતો કરી શરમાવે નહીં.' સ્વાતિ રીવાની વાતોમાં ખેંચાતી જતી હતી.

'એનું નામ શું છે?'

'સંદીપ પારેખ, એ ડૉક્ટર છે. તજો જ ડૉક્ટર થયેલો છે. હજુ એને પ્ર ેક્ટીસ શરૂ કરી નથી.'

આટલી વાત થઈ ને રીવા બીજા કામમાં પરોવાઈ ગઈ પણ મન એનું

હજુ સ્વાતિની વાતમાં જ અટવાયેલું હતું. એણે સાંજે ઘરનાં બાકીનાં માણસોને બધી વાત કરી. કોઈએ સ્વાતિને કશું વધારે પૂછવું નહીં એની તાકીદ પણ કરી. સ્વાતિએ એને ડીનર પર બોલાવી લાવવાનું કહ્યું હતું એની બધાં રાહ જોવા લાગ્યાં.

'આ શનિવારે મારો એક દોસ્ત અને સાથે બીજાં બેએક માણસો ડીનર પર આવવાનાં છે. બધાં ઈંડિયન છે એટલે એ પ્રમાણે જમવાનું બનાવજે, મમ્મી.' સ્વાતિએ એક દિવસ કેતકીને કહ્યું.

'તારો દોસ્ત હોય તો મને ખબર કેમ નથી? કોઈ નવો દોસ્ત છે કે શું?' કેતકીએ અજાણ્યાં થઈને પૂછયું.

'નવો જ છે. હજુ મહિના પહેલાં જ એની સાથે ઓળખાણ થઈ. ઈંડિયાથી ત્રણેક મહિના માટે ફરવા આવ્યો છે. આવતે મહિને પાછો જવાનો છે. એના એક દોસ્તને ત્યાં રહે છે. એટલે એના એ દોસ્તને ને એની વાઈફને પણ સાથે બોલાવ્યાં છે. એમને કોઈ કીડ છે કે નહીં એની ખબર નથી. કદાચ હશે તો સાથે આવશે.'

'એનો વાંધો નહીં. ઘેર કોઈ મહેમાન આવે તો તારા ડેડીનેય ગમે છે પણ આપણે ત્યાં ખાસ કોઈ મહેમાન આવે છે જ કયાં?'

'મમ્મી, તું કહેતી હતી કે આપણે દેશમાં કોઈને ઓળખતાં નથી પણ સ્વાતિએ આપણા કરતાં વહેલું ઓળખાણ કાઢી લીધું. આ વીક એન્ડમાં એ આવે એટલે આપણેય ઓળખાણ પાકું કરી લેવું પડશે. આપણે ઈંડિયા જઈશું તો બોમ્બે થઈને જ જવું પડશે ને!'

'આમેય એ શનિવારે ડીનર પર આવે છે એટલે ઓળખાણ તો થશે જ ને! મને તો ચિંતા થાય છે આપણા ફેમિલીના ઓળખાણની. તારા ડેડી બધાંના ફોટા પાડી લાવ્યા હોત તો સારું એમ મને લાગે છે.'

ને નક્કી કરેલે દિવસે સંદીપ, એના દોસ્ત ભાવિન અને એની પત્ની પલ્લવી સાથે સાંજના આવ્યો. એ પહેલી નજરે જ ગમી જાય એવો હતો. કેતકીએ એને આવકાર આપી સીટિંગ રૂમમાં દોર્યો. બધા બેઠા એટલે નવનીતે વાતચીત શરૂ કરીઃ 'જુઓ ભાઈ, તમે અહીં મારા ઈંગ્લેન્ડને ઘેર આવ્યા છો એટલે તમને ચાનું નહીં પૂછું. તમને બધાને બીયર તો ચાલે છે ને?'

'આપણે તો ચાલે છે પણ આણે તાજી કંઠી બાંધી છે એટલે થોડો શરમાય છે.' બેયના વતી ભાવિને જવાબ આપ્યો.

'જો કંઠી બાંધી હોય તો પછી આપણે બધા એક જમાતના થયા, પછી એમાં શરમાવાનું શાનું? અમારે અહીં ઈંગ્લેન્ડમાં તો કહેવત છે કે બીયર ન મળે તો જ પાણી પીવું. પરિમલ, બીયર કાઢ ને સાથે બાઈટિંગ પણ.'

બીયરની વાત આવી એટલે સ્ત્રી વર્ગ ઊઠીને બીજા રૂમમાં જઈ બેઠો.

અંદર કેતકીએ પલ્લવી સાથે ગપસપ શરૂ કરીઃ 'શું કરે છે તમારા હસબંડ?'

'એ ડૉક્ટર છે. બે વરસથી પ્રેક્ટીસ શરૂ કરી છે.'

'અમે બધાં અમારી દુકાનોમાં એટલાં બીઝી રહીએ છીએ કે મંદિર મહાદેવ પણ ખાસ જવાતું નથી નહીં તો આપણે કદાચ મળ્યાં હોત. પણ હવે તો આપણે મળતાં રહીશું. તમનેય જ્યારે સમય મળે ત્યારે ફોન કર્યા વગર જ આવી જવું. અમે ગમે તેટલાં બીઝી હોઈએ છતાં સાંજે સાત વાગ્યે તો ઘેર આવી જ જઈએ છીએ.'

'અમેય સાત વાગ્યે જ ઘેર પહોંચીએ છીએ.'

'તમેય કામ કરો છો?'

'હા, કીડ્ઝ જનરલમાં મેનેજર છું. તમારે એમાં આવવાનું નહીં થતું હોય.'

'અમારે તો આ રવિ મોટો થઈ ગયો હવે તો રીવા કશું વિચારે તો અવાય.' કેતકીએ કહ્યું ને શરમાઈને રીવા અંદર રસોડામાં પેસી ગઈ.

એ દિવસે સ્વાતિને પોતાના ઘરનાં માણસોને સદીપનું ઓળખાણ કરાવ્યાનો સંતોષ થયો તો ઘરનાં માણસોને તો કેટલીય વાતે આનંદ થઈ ગયો. સ્વાતિએ એક દોસ્ત કર્યો હતો અને એને ઘેર લઈ આવી બધાંની સાથે એનું ઓળખાણ કરાવ્યું હતું એટલું જ નહીં પણ સંદીપ બધાંને ગમી પણ ગયો હતો. વળી એ ડૉક્ટર હતો એ તો સોનામાં સુગંધ ભળ્યા જેવુ બધાંને લાગ્યું હતું. અરે, કેતકીએ તો ભગવાનને પ્રાર્થના પણ કરી લીધી હતી કે હે ભગવાન રીવાને આ સંબંધ ગાઢ કરવા ને એને લગ્ન સુધી લઈ જવાની સદ્‌બુધ્ધિ આપજો.

અને સંદીપની વાત જાણ્યા પછી એવું થવું સ્વાભાવિક પણ હતું. એ સુખી ઘરનું સંતાન હતો. વળી ડૉક્ટર હતો અને દેખાવડો પણ એવો હતો કે કોઈ ન કહી શકે કે એ ઈંડિયાથી ખાલી ફરવા માટે જ ઈંગ્લેન્ડ આવ્યો છે. ઉજળો દૂધ જેવો એનો દેહ હતો ને બોલતો હતો પણ એવું કે બધાં એનાથી અંજાઈ જાય એમાં કશું નવાઈ જેવું ન હતું.

નવનીતે ઘરમાં કોઈને હજુ વાત કરી ન હતી પણ રમેશ અને મનહરને મુંબઈ મોકલી એને વિષે બધી તપાસ કરાવી લેવાનું એણે મનથી નકકી કરી દીધું હતું. પછી એમના ગામમાં પણ તપાસ કરીને ઘરકુટુંબ વિષે પણ એમને તપાસ કરાવવાનું પણ નકકી કરી લીધું હતું.

એણે પેલા કોન્ટ્રાકટરને ફોન કરીને જણાવ્યું કે રમેશ અને મનહરને બોલાવી એમને ઈંગ્લેન્ડ ફોન કરાવે. જો સ્વાતિએ આ વાત જાણી હોત તો એણે આખું ઘર ગજવી મૂકયું હોત. હજુ એણે પોતાની અને સંદીપની વચ્ચે મૈત્રી સિવાય કશું વિચાર્યું જ ન હતું ત્યાં...?

એણે વિચાર્યું હોય કે નહીં પણ હવે રીવા એને છોડવાની ન હતી. એને ખબર હતી જ કે આ તો નિખાલસ દોસ્તીનો જ સંબંધ માત્ર હતો પણ એને જો સહેજ હવા આપવામાં આવે તો એ સંબંધ પ્રેમમાં પરિણમી શકે તેમ હતો. અને એ હવા આપવાનું કામ પોતે કરવાની જ હતી.

આ બાજુ રમેશ અને મનહરનું તો પૂછવું જ શું? એ લોકોએ તો નવનીતની સાથે વાત થયા પછી બીજે દિવસે જ મુંબઈની ટિકિટ કપાવી. ત્યાં સંદીપના પિતા ધનવંતરાય પરેખને રૂબરૂ જ મળ્યા. એમને પેટછૂટી વાત કરી. સ્વાતિને એમણે જોઈય ન હતી તોય એનાં થાય એટલાં વખાણ કર્યાં. એમણે નવનીત વિશેય બધી વાતો કરી.

ધવંતરાય ઝવેરી હતા. માલાડમાં એક નાનકડી જગ્યાએથી એ હીરાનો વ્યાપાર કરતા હતા. એમને વિલાયતના ઘણા સંબંધો પણ હતા. એમના કેટલાય ઘરાકો વિલાયત અને અમેરિકાના હતા. વળી સંદીપનો દોસ્ત ભાવિન પણ ઈંગ્લેન્ડમાં હતો એટલે એમણેય મનથી ઈંગ્લેન્ડ તપાસ કરાવવાનું નકકી કર્યું. એમણે કહ્યુંઃ 'મારો દીકરો અત્યારે ઈંગ્લેન્ડમાં એના એક દોસ્તને ત્યાં જ ગયો છે. હું તપાસ કરાવીશ અને ભગવાનની દયા હશે તો સંબંધ ગોઠવાઈ જશે.'

'અમેય કયાં વિલાયત જોયું છે? પણ અમારા દોસ્ત નવનીતનો ફોન આવ્યો તો કહ્યું તપાસ કરીને એને જેવો હોય એવો જવાબ આપી દઈએ તો એનેય આગળ વાત કરવાની સમજણ પડે.' રમેશે કહ્યું.

'લગનની વાતમાં ચારે બાજુની તપાસ કરીને જ આગળ વધવું જોઈએ. મેંય તમને કહ્યું જ ને કે હું લંડનમાં તપાસ કરાવી લઈશ. એમાં તમારે કે મારે કશું ખોટું લગાડવાનું ન હોય. તમારે ઉતાવળ ન હોય તો સાંજે મારે ત્યાં જમવા આવો. તમે એમ કરો ને અહીં દુકાને જ લગભગ છ વાગ્યે આવી જાવ. અહીંથી આપણે બધા સાથે ઘેર જઈશું.' મનહર અને રમેશે એમની વાત વધાવી લીધી. એમના મનમાં એમ પણ હોય કે એ બહાને એમની રહેણી કરણી પણ જોવાશે અને એમનાં પત્નીના સ્વભાવનોય પરિચય થશે.

ધનવંતરાય ભલે શહેરી જીવડા હતા પણ આ બે દોસ્તો તો ગામડાના પટેલિયા જ હતા ને! વળી આ તો એમના દોસ્તનું કામ હતું, એમાં એ લોકો ચૂક કરે એમ થાય જ કેમ? એમને નવનીતનો જે પરિચય થયો હતો એમાં તો એમને આ ધનવંતરાય પણ ઓછા ઊતરતા લાગતા હતા. હજુ તો નવનીતને જવાબ આપતા પહેલાં એ લોકો શેઠના ગામમાં પણ આંટો મારી આવવાનો વિચાર કયાં નહોતા કરતા?

એટલે એ સાંજના એ લોકો ધનવંતરાયની સાથે એમને ઘેર જમવા ગયા. એમને ધનવંતરાયનાં પત્ની સમરથબેનનો સ્વભાવ પણ ગમી ગયો. એમને થયું કે નવનીતની દીકરી આ ઘરમાં કોઈ વાતે દુઃખી નહીં થાય. એમને કયાં ખબર હતી કે એ દીકરી એમને ત્યાં કદાચ આવશે તોય મહેમાનની જેમ

દસ-પંદર દિવસ રહીને પાછી વિલાયત જતી રહેવાની હતી. જ્યાં એમનો દીકરો જ એમની સાથે નહોતો રહેવાનો ત્યાં દીકરાની વહુની તો વાત જ શી? એય પછી તો એના ધણીની સાથે જ હોય ને!

એ રાતે એમણે ઘણીય નાના કરી તોય ધનવંતરાયે એમને પોતાને ત્યાં રોકી જ પાડ્યા. રાતે મોડે સુધી એમને ગામની, ધંધાની અને વહેવારની ઘણી વાતો થઈ. એમાંથી એમને જાણવા જેવુ બધું જાણવા મળી ગયું. છતાં બીજે દિવસે ઘેર પહોંચીને એમણે શેઠના ગામનો મારગ પકડ્યો. ધનવંતરાયના ગામમાં પણ એમની સારી એવી શાખ હતી. વળી જરૂર હોય કે નહોય પણ ગામમાંય એમણે પાકું મેડીબંધ મકાન બંધાવેલું હતું.

એમને થયું કે ધનવંતરાયને પણ નવનીતની જેમ રોકાણ કરવાનો શોખ લાગે છે. પણ આ નાનકડા ગામમાં જો એ મકાન વેચવા જાય તો એની અડધીય કિંમત ઉપજે નહીં. એમને તો જેમ નવનીતની મકાનમાં પૈસા રોકવાની વાત નહોતી સમજાતી એમ ધનવંતરાયની વાત પણ ન સમજાઈ. હજુ એમને આ પૈસાદાર લોકોની વાત સમજાય એમ ક્યાં હતી?

એમણે ઘેર જવાને બદલે પેલા કોન્ટ્રક્ટરને ત્યાં જઈ નવનીતને ફોન કર્યો. એમણે મુંબઈની વાતેય કરી ને ધનવંતરાયના ગામની વાતેય કરી. એમના ને એમનાં પત્ની સમરથબેનના સ્વભાવની અને પોતાને જમાડ્યા અને રાતે એમને ત્યાં જ રોકી પાડ્યા એવાતેય એમણે કરી. છેવટે કહ્યુંઃ 'જો ગોઠવાતું હોય તો બ્રાહ્મણનેય પૂછવા જવાની જરૂર નથી. એય તારા ઘરની ને બધી તપાસ કરવાની વાત કરતા હતા.'

'એમને જે તપાસ કરવી હોય એ ભલે કરતા. જો સ્વાતિને વાત પસંદ પડશે તો લગન ગોઠવવામાં કશી તકલીફ આવશે નહીં. મારો વિચાર તો ઉતરાણ પર બધાં આવીએ ત્યારે લગન લઈ લેવાનો છે. પણ બધું સ્વાતિની મરજી પર છે.' નવનીતે કહ્યું. એને થયું કે પરિમલ અને રીવાને કહીને વાત પાટે ચઢાવાવી પડશે.

૧૨. વાત પાટે ચઢી

સ્વાતિ મનથી વિચારતી હોય કે નહીં પણ પરિમલ અને રીવાને જવાબદારી સોંપાઈ એટલે એ બે જણ તો જાણે સ્વાતિની પાછળ જ પડી ગયાં. પહેલાં તો સ્વાતિને કશી ખબર ન પડી. તેને થયું કે ભાભી ખાલી મશ્કરી કરતાં હશે પણ પછી તેને લાગ્યું કે એમની વાત પાછળ કોઈ હેતુ છુપાયેલો છે. એને એ વાતની ખાતરી થઈ ગઈ કે જ્યારે પરિમલે પણ રીવાની સાથે એને ઉડાવવા માંડી ત્યારે.

'સ્વાતિએ એક કામ બહુ સારું કર્યું, આપણે ઈંડિયા જઈએ ત્યારે મુંબઈમાં રહેવાનું એક ઠેકાણું એણે શોધી રાખ્યું.' પરિમલે એક સવારે સ્વાતિને સંભળાવતાં રીવાને કહ્યું.

'એણે આપણે માટે એ ઠેકાણું ઓછું શોધ્યું છે? એણે તો પોતાને માટે ફ્રેન્ડશીપ કરી છે. એ લઈ જાય તો જ આપણાથી જવાય.' રીવાએ કહ્યું.

'તમને એના સિવાય બીજી કોઈ વાત સૂજે છે ખરી? જ્યારે ને ત્યારે મારી પાછળ પડી જાઓ છો તે?' સ્વાતિએ ચિઢાતાં કહ્યું.

'તું ગમે તે કહે પણ આપણને તો ભાઈ એ જુવાનિયો ગમ્યો છે. એવા માણસની ફ્રેન્ડશીપ કરવી આપણને ગમે. એ આપણી કંપનીમાં ભળી જાય એવો છે. મને લાગે છે કે આપણે એને ફરીથી એક વખત ડીનર પર બોલાવવો જોઈએ. એ કયારે ઈંડિયા જવાનો છે?' પરિમલે પૂછ્યું.

'મને શી ખબર? જશે જ્યારે જવાનો હશે ત્યારે.' સ્વાતિ.

'તને કેમ ખબર નહીં? તારો તો એ ફ્રેન્ડ છે.'

'એ મારો ફ્રેન્ડ હોય એટલે મારે એની બધી વાતની ખબર રાખવી જોઈએ એવું થોડું જ છે! છતાંય જો તમારે જાણવું જ હોય તો કાલે એને પૂછી લાવીશ, બસ?'

'તો કાલે તારો એને મળવાનો પ્રોગ્રામ થઈ ગયેલો છે એમ ને! બેનબા બોલતાં નથી પણ ઊંડા પાણીમાં રમવા માંડ્યાં છે.' રીવાએ એને ચિઢવવા કહ્યું.

'તું તો ઈંગ્લેન્ડમાં રહીનેય દેશીની જેમ કેમ વિચારે છે? આપણે લગ્ન પહેલાં અઠવાડિયાં અગાઉ પ્રોગ્રામ નહોતાં કરી રાખતાં? હવે સ્વાતિનો વારો છે.'

'આપણે તો ગંભીરતાથી લગ્નની વાત વિચારતાં હતાં. એય આપણી

જેમ વિચારતી હોય તો કશો વાંધો નહીં. પણ આપણને કહે તો તૈયારી કરવાની તો સમજણ પડે.'

'તારી એ વાત ખરી. ને સ્વાતિ, અમને વહેલું જણાવજે એટલે ખોટી દોડાદોડી ન કરવી પડે. જાન્યુઆરીમાં દેશમાં જવાનું છે ત્યાર પહેલાં વાત જણાવે તો અમને તૈયારી કરવામાં સમજણ પડે.'

'તમારે જો એટલી ઉતાવળ હોય તો આજે જ બતાવી દઉં, સંદીપ મારો મિત્ર છે એ વાત સાચી પણ હું એની સાથે પરણવા માગતી નથી એ વાત પણ એટલી જ સાચી છે એ તમે બેય મનમાં લખી રાખજો એટલે હવે તો તમારે જે તૈયારી કરવી હોય એની તમને સમજણ પડશે ને!'

'લ્યો ભાઈ, બાર વરસે બાવો બોલ્યોઃ જા બચ્ચા દુકાળ પડેગા. પ્રિન્સ ચાર્લ્સ પરણવાનો છે એની તો રાહ નથી જોતી ને!' પણ પાછું સ્વાતિનુ વલણ જોતાં ગભરાઈને તેણે ઉમેર્યુંઃ 'સ્વાતિ અમે તો તારી આ દોસ્તી વધારે જામે એટલે મશ્કરી કરતાં હતાં. જો ઉતાવળમાં કોઈ નિર્ણય ના લેતી ને અમારી મશ્કરીને કારણે વટમાં આવી જઈ સંદીપને હાથમાંથી જવા ન દેતી.'

'હવે તમે રાગે આવી ગયાં ને! છેલ્લા અઠવાડિયાથી બધાં મારી પાછળ પડી ગયાં છો તે. અમારી દોસ્તીનું સ્ટેટસ બદલાશે તો હું તમને સામેથી જણાવીશ પણ મને અને સંદીપને તમે આવા આડકતરાં સૂચનો કરી અકળાવશો નહીં.' સ્વાતિએ વાતનું પૂર્ણ વિરામ મૂકતાં કહ્યું.

'કેમ તને સંદીપનું અત્યારથી દાઝવા માંડ્યું?'

'જો ભાભી, આ પણ આડકતરો ટોણો છે.'

'ઓહ, સોરી. બેનબાને ખોટું લાગતાંય વાર નથી લાગતી; હવે એવું નહીં બોલીએ.' કહેતાં રીવાએ વાતને વાળી લીધી.

એ વાત ભલે ઘરમાં જાહેરમાં ચર્ચાતી બંધ થઈ પણ બધાંની નજરો તો સ્વાતિ તરફ મંડાતી જ રહી. બીજી બાજુ સ્વાતિના અજાગૃત મનમાં પણ રીવા અને પરિમલની વાતે, સંદીપ માટે મૈત્રી સિવાયની બીજી ભૂમિકા પર વિચારવાનું શરૂ થઈ ગયું. એણે સંદીપને વારંવાર મળવા માંડ્યું. ને જેમ જેમ એ એને વધુ મળતી ગઈ એમ એમ એ એને વધારે ને વધારે ગમવા માંડ્યો.

'જાન્યુઆરીમાં દેશમાં આવવાનું થાય ત્યારે મુબઈમાં અમારે ત્યાં જ રહેવાનું છે. મને અગાઉથી ફોન કરી દેશો તો હું એરપોર્ટ પર લેવા આવી જઈશ.'

'ભાઈ-ભાભી પણ હસતાં હતાં કે આપણી દોસ્તીને કારણે એમને મુબઈમાં રોકાવાની ને રહેવાની એક ઘરની સગવડ ઊભી થઈ એ સારી વાત થઈ.'

'ને ભાભીની નણંદ શું વિચારતી હતી?'

'કોઈ પ્રેમથી બોલાવે તો હોટેલમાં જવાની એનેય મરજી ન જ હોય ને!'

'ને પ્રેમ કરવા બોલાવે તો કાયમ રહી પડવા માટે કશું વિચારતી હતી કે નહીં? કાયમ રહી પડવું હોય તોય અમારું ઘર વિશાળ છે. અને અમારાં મન એનાથીય વિશાળ છે. વિચારી જોજે.' સંદીપ એની સામે આંખનો ચાળો કરતાં બોલી ઊઠ્યો.

'એવું કશું નકકી કરું તે પહેલાં મારે બીજા પણ બેચાર છોકરા જોવા પડે. વધારે સારી ચોઈસ મળતી હોય તો મુબઈમાં રહેવાની વાત પડતી પણ મુકાઈ જાય.'

'કેટલા લીસ્ટમાં છે?'

'હજુ સુધી તો કોઈ બીજું લીસ્ટમાં નથી. પણ...'

'તો હવે લીસ્ટ મોટું કરવાનો વિચાર માંડી વાળ, પછી આવો ડૉક્ટર થયેલો છોકરો નહીં મળે.'

'ઈંગ્લેન્ડના રાઈટવાળી છોકરી માટે તો એક કહેતા અગિયાર છોકરા મળી આવે. પણ છતાંય તારી ઈચ્છા એવી હોય તો એ રીતે વિચારી જોઈશ. તું આવતે વરસે પાછો ઈંગ્લેન્ડ આવવાનો તો છે ને!'

'હું તો હવે પ્રેક્ટીસ કરીશ કે તારી સાથે ડેટિંગ કરવા ઈંગ્લેન્ડના આંટા માર્યા કરીશ? ચાલ હું તને તું કહે એ આઈસક્રીમ ખવડાવું, હું ઈંડિયા જાઉં તે પહેલાં તું પાકું કરી લેતી હોય તો.'

'બસ, એક આઈસ્ક્રીમ જ? મારી આટલી જ કિંમત?'

'એય વધારે કહેવાય. પછી આખી જિંદગી તારી ગુલામી કરવી પડશે એનું શું?'

'હા, એ વાત તેં સારી કરી. તું એવું માનતો હોય તો આગળ વિચારવાનું ગમે. પછી પાછો ઘરમાંય ડૉક્ટર બનીને વટ ના મારતો.'

'ડૉક્ટર હોઉં તે મટી જવાનો થોડો જ છું? તારે તો ઊલટાનું ખુશ થવું જોઈએ કે ઘરનો જ ડૉક્ટર હશે તો બે ઈંજેકશન વધારે મારશે.' સંદીપે આંખનો ચાળો કરતાં કહ્યું.

'જો પાછો તું નફ્ફટ થવા માંડ્યો.'

'સાચી વાતમાં નફ્ફટાઈ ક્યાં આવી? આઈ પ્રોમિસ યૂ, જા દર વીકે બે ઈંજેક્શન વધારે મારીશ, બસ?'

'જો હવે આવી નફ્ફટાઈ કરી તો હું સેન્ડલ ફટકારી દઈશ તો આખા

પાર્લરમાં બધા તારી સામે તાકી તાકીને જોવા માંડશે.'

'પેલું ગીત તને યાદ છે? હાથ મેં ચાબૂક હોઠો પે ગાલિયાં, બડી નખરે વાલીયાં હોતી હે ઈંગ્લેન્ડ વાલિયાં.' આજે સંદીપ ગંભીર થઈ શકે તેમ ન હતો.

'તું બહુ બેશરમ છું. મારે હવે તારે વિષે આગળ વિચારવાનું જ બંધ કરી દેવું પડશે.'

'સોરી મેમ, તમે વિચારો કે નહીં પણ તમારાં ને મારાં ઘરવાળાંએ વિચારવાનું શરૂ કરી જ દીધું છે. હું તમારે ત્યાં ડીનર પર આવ્યો ત્યારથી જ તારાં ઘરવાળાંએ આપણે માટે વિચારવાનું શરૂ કરી દીધું છે. તારા ફાધરના બે દોસ્તો બીજે જ અઠવાડિયે મારા ફાધર પાસે તપાસ કરવા પહોંચી ગયા હતા ને મારે ત્યાં રહ્યા હતા ને જમ્યા પણ હતા. એટલે હવે જો કોઈનેય વિચારવાનું હોય તો એ આપણે બેયે વિચારવાનું છે. આપણા બેય ઘરનાં લોકો તો તૈયાર જ બેઠાં છે.'

'ના હોય! મારીય જાણ બહાર એ બધું ___'

'એ તો આપણે આપણી રીતે વિચારવાનું ને વડીલોને એમની રીતે. મારા ફાધરનો પણ દેશમાંથી ભાવિન પર ફોન આવી ગયો હતો. બાએ તો ખાસ કહેવડાવ્યું છે કે સંદીપને કહેજે કે આવે ત્યારે છોકરીના ફોટા પણ લેતો આવે. એટલે મેમસાબ, હવે ફોટો ફંક્શન માટે તૈયાર થઈ જાવ. બાનેય લાગવું જોઈએ કે એમણે જોઈને છોકરી પસંદ કરીને મને પરણાવ્યો છે.'

'ખરાં છે બધાં! આપણે જાણીએય નહીં ને ___'

'જો આપણે હા પાડીએ તો તમે દેશમાં આવો ત્યારે લગ્ન પણ પતાવી દેવાની વાતોય એમણે પાકી કરી રાખી છે. ચાલને આપણે તારે ત્યાં જઈને આજે જ બધાંને કહી દઈએ કે અમે તૈયાર છીએ, પછી જોજે કે કેવી દોડાદોડ શરૂ થઈ જાય છે!'

'મને તારા પર દયા આવે છે એટલે હું ના તો નહીં પાડું. આજે સાંજના તું, ભાવિન અને પલ્લવીભાભી વગર બોલાવ્યે ડીનરને વખતે અમારે ત્યાં આવી પહોંચો. સાડા સાત પહેલાં આવી જજો. આપણે એમનેય શોક ટ્રીટમેન્ટ તો આપવી જ પડશે.' સ્વાતિએ કહ્યું.

ને એ સાંજનાં પેલાં ત્રણેય નવનીતભાઈને ત્યાં ડીનરના ટાઈમ પહેલાં પહોંચી ગયાં. એમને અચાનક આવેલાં જોઈ કેતકીને તો દોડાદોડ થઈ પડી. એને થયું જો એ લોકો ખાવાનાં હશે તો બીજું રાંધવું પડશે.

'અમે બેસવા આવ્યાં છીએ ને જમવાનાં પણ છીએ. તે દિવસે ભાભીએ કહ્યું હતું કે જ્યારે વિચાર થાય ત્યારે વગર બોલાવ્યે હક કરીને આવી જજો એટલે આજે હક કરીને આવી ગયાં છીએ.' રીવાનો સ્વભાવ પારખી ગયેલા સંદીપે હસતાં કહ્યું.

૯૪ સમણાં

'એમ કાંઈ હક ન થાય. હક કરવો હોય તો પહેલાં વાતાવરણ ઊભું કરવું પડે.'

'તો એમ કરીએ. હજુ આપણી બધાંની ઓળખાણ નવી નવી છે એટલે મને કશી ખબર પડતી નથી. હજુ ગઈ કાલ સુધી તો હું ફક્ત સ્વાતિ સિવાય તમારામાંથી કોઈને જાણતો ન હતો. અને ભાઈ, આપણને તો પગથિયાં માંડવાનાં આવડે પણ નહીં.એટલે ઘરમાં પેસવાના ટેક્સ રૂપે બજારમાંથી શીખંડ અને પાતરાં લેતાં આવ્યાં છીએ. બાકીનું તમારે પુરિયો જેવું જે બનાવવું હોય એ બનાવી લેવું પડશે.'

'એમ ધાણી બતાવીને બંગડી કાઢી લેવાનો પ્લાન તો નથી કરતા ને!'

'ભગવાનના કસમ મારો પ્લાન તો બંગડી પહેરાવીને ધાણી ખાવાનો છે.'

ને એના એ ઈશારાનો અર્થ સમજી જતાં રીવાએ સ્વાતિને જ પૂછ્યુંઃ 'પુરિયો સાથે કંસાર કરીશું?'

'આ જમાનામાં કોઈ કંસાર ખાય છે ખરું? '

'એ તો જેવો અવસર. આવા મહેમાન હોય તો બા તો કંસાર ખવડાવ્યા વગર ના રહે.'

'આવા એટલે કેવા? જે વગર બોલાવ્યે ખાવાના સમયે આવી પહોંચે એવા?'

'પણ એ વગર બોલાવ્યે આવ્યા હોય એમ લાગતું નથી. હવે તમારે કોઈએ કશું કહેવું હોય તો કહેવા માંડો એટલે બાને કંસાર કરવાની સમજણ પડે, નહીં તો પછી મારે કહેવું પડશે.'

'તો ભાભી તમે જ કહી દો. એમને તમારા પર ભરોસો છે.' સંદીપ બોલી ઊઠ્યો.

'અમને એટલે કોને? પહેલાં એની ચોખવટ કરો.'

'તમારી વાતોમાં હું ગૂંચવાઈ જાઉં છું. મને તમે કોઈ કહેશો કે બધી શાની વાત છે?' છેવટે કેતકીએ કહેવું પડ્યું.

પણ ત્યાં તો સ્વાતિ ઊઠીને અંદર ચાલી ગઈ. રીવા બોલી ઊઠીઃ 'લ્યો, બેનબા તો રિસાઈ ગયાં.'

'તમે બોલો છો એવું એટલે રિસાય જ ને!' સંદીપથી બોલી જવાયું.

'તો મારી સામે શું જોયા કરો છો? જઈને મનાવી લાવો ને! કહેજો બાને કંસાર કરવાનું કહી દીધું છે. બેય જણાં પાકી સંતલસ કરી ને આવ્યાં છે ને ભાભીની પાસે કહેવડાવવું છે.'

સંદીપ આગળ બોલવાને બદલે અંદર સ્વાતિ પાસે ગયો એટલે રીવાએ પરિમલ સામે ઈશારો કરી દીધો કે વાત પાકી થવાની અણી પર છે.

'ભાવિનભાઈ, તમને તો ખબર હશે જ ને!' છેવટે કેતકીએ ભાવિનને જ પૂછ્યું.

'મને વચમાં ન બોલવાની એ બેએ ખાસ સૂચના આપી છે એટલે મારાથી એમ જાહેર કરી શકાય એમ નથી કે બેય પરણવા તૈયાર થઈને બેઠાં છે.' ભાવિને પણ રીવાની સાથે મશ્કરીમાં જોડાઈ જતાં કહ્યું.

'પેલાં બે બહાર આવે એ પહેલાં પરિમલ તું શેમ્પેનની બોટલ નીચેથી કાઢી લાવ. આપણે કંસાર ખાતા પહેલાં ઉજવણી તો કરવી પડશે ને!' નવનીતે ભાવિનની વાતમાં ચોખવટ થઈ ગયાનો અણસાર આવતાં કહ્યું.

થોડી વારે પેલાં બે અંદરથી બહાર આવ્યાં એટલે રીવાને બદલે નવનીતે જ પૂછ્યું: 'લો, હવે તમે બેય જણ ચોખવટથી કહી દો કે કંસાર જમવો છે કે ખાલી શીખંડ પુરીમાં જ પતાવવું છે?'

'અમે નકકી કર્યું છે કે તમે જે જમાડશો એ જમી લઈશું.'

'તો પછી બા કંસાર જ કરો, અમનેય આજે ભાવશે.' ભાવિને વાતને મહોર મારતાં કહ્યું.

'અહીં આવતા પહેલાં દેશમાં બાપુજીને ફોન કર્યો હતો તો એમણે કહ્યું છે કે તમે જાન્યુઆરીમાં દેશમાં આવવાના છો ત્યારે બધી વાત પાકી કરીશું ને જાહેર કરીશું.' સંદીપે કહ્યું.

'જાન્યુઆરી સુધી રાહ જોઈએ તો પછી તૈયારીઓ કયારે કરીએ? તમે દેશમાં જાવ પછી અમે ત્યાં આવી જઈશું ને વાત પાકી કરી જઈશું. તમે કયારે જવાના છો?' હવે નવનીત વાટ જુએ એ વાતમાં માલ જ શો?

'ડૅડ, શેમ્પેન વાટ જુએ છે.'

'તો કાઢ ને, અમેય એની જ વાટ જોઈએ છીએ.'

પછી તો સ્ત્રી વર્ગ ડાયનિંગ રૂમમાં સરકી ગયો ને સિટિંગ રૂમમાં પાર્ટી જામી પડી. કેતકીબેન રસોડામાં કંસાર કરવા ઊઠ્યાં એટલે રીવા પણ એમને મદદ કરવા પાછળ ગઈ. પુરી અને શાક પણ કરવાનાં હતાં ને. પુરી શાક જ શા માટે? લગભગ બધું જ નવેસરથી કરવું પડવાનું હતું. પલ્લવી પણ એની પાછળ જતી હતી તેને હાથ પકડી ખેંચી પાડતાં સ્વાતિ કહે: 'આપણે જવાની જરૂર નથી. તમે અહીં મારી સાથે બેસો.'

રવિ આ મોટા લોકોની વાતમાં ભળવાને બદલે બાજુના રૂમમાં ટીવી જોતો બેઠો હતો એય આ બધી ધમાલ સાંભળી બહાર આવી ગયો. ને રીવાને શોધતો રસોડામાં પેઠો. 'રવિ, તારાં સ્વાતિફોઈ પરણવાનાં છે. જો, સીટિગ રૂમાં

તારા ડૉક્ટર ફુવા છે એમની સાથે.' એને જોતાં રીવાએ બહારની તરફ ઈશારો કરતા કહ્યું.

'કેમ પરણવાનાં છે?'

'એ તો બહાર જઈને એમને જ પૂછી જો.'

ને રવિ એનાં સ્વાતિ ફોઈને શોધતો બહાર પહોંચી ગયો. 'તમે કેમ પરણવાનાં છો?'

'મને તમારી બધાંની સાથે નથી ગમતું એટલે. હું પરણીને બીજે રહેવા જતી રહેવાની છું.'

'પછી તમે ક્યાં રહેશો?'

'તારા ડૉક્ટર ફુવાની સાથે.'

'પેલા ટીવી પાસે બેઠા છે એમની સાથે?'

'હા. તારે આવવું છે અમારી સાથે રહેવા?'

'ત્યાં મારા જેવડું કોઈ છે?' રવિએ પૂછ્યું ને બધાં ચૂપ થઈ ગયાં.

પલ્લવીએ સ્વાતિ સામે ત્રાંસી નજરે જોતાં રવીના કાનમા કહેતી હોય એમ ધીમેથી કહ્યું: 'એને માટે તો તારે બે વરસ રાહ જોવી પડશે.'

ને સ્વાતિ પલ્લવીને હળવો ગોદો મારતી રસોડા તરફ ભાગી.

૧૩. વાત પાકી થઈ ગઈ

પાછો નવનીતનો સંદેશો આવ્યો મુંબઈ આવી પહોંચવાનો ને બેય દોસ્તો મુંબઈ જવા તૈયાર થઈ ગયા. એમને વળી પાછા મુંબઈ જવા તૈયાર થયેલા જોઈ બેયનાં ઘરમાં ગણગણાટ શરૂ થઈ ગયો. 'હજુ પંદર દા'ડા પહેલાં તો મુંબઈ ગયા હતા. પાછું ફરીથી જવાનું? રૂપિયાનું પાણી કરો છો ને ઘરમાં કોઈને કશું કહેતા નથી. તમારે મુંબઈમાં એવા તે કેવા સંબંધો છે કે છાશવારે મુંબઈના ફેરા ખાવા પડે છે?' રમેશની બૈરી ભાવનાથી ધણીને ટોક્યા વગર ન રહેવાયું.

'જો, કોઈને કહીશ નહીં પણ અમે આપણા કામે જતા નથી પણ નવનીતના કામે જઈએ છીએ.'

'પણ આમાં પૈસાના ધૂમાડા થાય છે એનું શું? કાલે મોટો જ પૂછતો હતો કે બાપા પૈસા લાવે છે ક્યાંથી? તે તમે દેવાં કરીને તો નવનીતભાઈને કામે દોડાદોડ નથી કરતા ને!'

'તો છોકરાંને કહી દેજે કે અમે દેવાંય નથી કરતા કે કશું ખોટું કામેય નથી કરતા. આ ઉતરાણ પર નવનીત દેશમાં આવવાનો છે. એ આવે એટલે એને જ પૂછી જોજે. તમારે કોઈ વાતે ફિકર કરવા જેવું નથી. અમે જે કાંઈ કરીએ છીએ એ સમજી વિચારીને કરીએ છીએ. તમને બધી વાતની ઉતરાણ પર ખબર પડશે. ત્યાં સુધી અમને અમારી રીતે રહેવા દો.'

'પણ તમે આમ દોડાદોડી કરો છો એની ગામમાં લોકો કેવી વાતો ઉડાડે છે એની તમને ખબર છે? લોકો તો કહે છે કે બૅંકની જપ્તી આવવાની છે એટલે તમે નાસભાગ કરો છો.'

'ગામમાંથી કોઈએ બૅંક જોઈ છે ખરી કે ખાલી વાતો જ કરે છે? ઉતરાણ પર બધાનાં મોઢાં જોયા જેવાં થઈ જશે. તમે તમારે મનમાં ધરપત રાખી જે થાય છે એ જોયા કરો. ભગવાન જે કરે છે એ સારા માટે જ કરે છે એમ માનજો.'

તો મનહરના દીકરાએ તો બાપાને સામેથી જ કહી દીધુંઃ 'તમે અમને કશી ચોખવટથી વાત કરતા નથી એટલે અમનેય હવે તો બીક લાગવા માંડી છે કે આપણે મહેનત કરીને પાટડીમાં વાવ્યું છે એય આપણા હાથમાં આવશે કે નહીં?'

'દીકરા, મનમાં ધરપત રાખજે કે પાટડીથી તો આપણા બેયનાં ઘર તરી જશે. બૅંકની રેડેય પડવાની નથી કે જપ્તીય આવવાની નથી. તને સાચી વાતની ખબર આ ઉતરાણ પર પડી જશે પછી તુંય કહીશ કે બાપા કહેતા હતા

એ વાત સાચી હતી.'

'પણ મને ગામલોકોની વાત સાંભળતાં એવી ચાટી જાય છે કે ન પૂછો વાત. એ બધા તો આપણે ત્યાં જપ્તી આવે ને એમને તમાસો જોવાનો થાય એની જાણે વાટ જોઈને જ બેઠા છે.'

'તે છો ને વાટ જોતા. આપણે ત્યાં જપ્તી આવવાને બદલે પાટડીમાંથી ગાડેગાડાં ઠલવાય ત્યારે તું જઈને બધાંને કહેજે ને કે જપ્તીની વાટ જોતા'તા એને બદલે ગાડેગાડાં દાણા જોઈને એમને હૈયે કેમ લાગે છે?'

નવનીતે ખાસ આગ્રહ કરીને કહ્યું હતું એટલે બેય જણાએ ફર્સ્ટ ક્લાસની ટિકીટ લીધી ને ડાયનિંગ કારમાંથી મંગાવી ને આરામથી ખાધુંય ખરું. એમણે નવનીતના વૈભવનો ખ્યાલ આવી ગયેલો હતો એટલે કરકસર કરવાનો વિચાર એમને આવતો ન હતો. મુંબઈમાં ઊતરીને એ ટેક્સી કરીને ધનવંતરાયની દુકાને પહોંચ્યા.

ધનવંતરાય દુકાને જ હતા. 'તમે પછી તો જણાયા જ નહીં. કહો શા હાલ છે?'

'અમારે તો મુંબઈ એટલે પરદેશ. બેચાર વરસે કોઈક કામ પડે ને મુંબઈ આવવાનું થાય તો જાણે પરદેશ જતા હોય એટલી સલાહ લોકો આપી જાય. અને ભાડાંનાડાંનોય વિચાર કરવો પડે. અમારે ખેતીવાળાને તો બાર સાંધીએ ત્યાં તેર તૂટે ત્યાં મુંબઈની જાત્રા ના પોસાય.'

'અમારે ત્યાં છોડી પરણાવશો ને તમારા ભાઈબંધ પરદેશ પડ્યા હશે. વહેવાર ટાણે તમારે જ દોડવું પડશે ત્યારે શું કરશો?'

'અને માટે તો અમારે દોડવાનો વાંધો નહીં. પણ અમે ગામમાંથી આવીએ એ પહેલાં અમારો દોસ્ત વિલાયતથી વહેલો આવી પહોંચે એવો છે. ક્યાં છે એ?'

'હજુ હમણાં એમનું પ્લેન આવ્યું હશે. બેએક કલાકમાં આવી જવા જોઈએ. સંદીપ એમને લેવા માટે એરપોર્ટ પર ગયો છે. તમે ચાપાણી કરો પછી આપણે દુકાન વધાવીને એમના પહેલાં ઘેર પહોંચી જઈશું.'

'અમારે ચાપાણીની કશી ઉતાવળ નથી. તમે તમારે શાંતિથી દુકાન વધાવો પછી ઘેર જઈને ચા પીશું.' મનહરે કહ્યું.

ધનવંતરાયે દુકાન વધાવી ને બધા ચાલતા ઘેર પહોંચ્યા. દુકાન અને ઘર વચ્ચે માંડ અડધા કિલો મીટરનું અંતર હતું એટલે એ ઘેર પહોંચ્યા તોય નવનીતને લઈને સંદીપ હજુ આવ્યો ન હતો પણ એનો ફોન આવી ગયો હતો. એણે એનાં બાને જણાવ્યું હતું કે નવનીતભાઈ એકલા આવ્યા ન હતા પણ સાથે એમનાં પત્ની કેતકીબેન, સ્વાતિ અને રવિને પણ લાવ્યા હતા.

સમણાં ૯૯

બધાં આવતાં હતાં એ જાણીને સમરથબેન તો હરખપદુડાં થઈ ગયાં હતાં. શું કરવું ને શું જમાડવાં એ વિચારથી એ રઘવાયાં થઈ ગયા હતાં. ધનવંતરાયે એમને શાંત પાડતાં કહ્યું : 'તું તારે શાંતિથી બેસ. બધુંય થઈ રહેશે. આપણે કાંઈ વગડામાં બેઠાં નથી. મુંબઈમાં જે જોઈએ એ મળે છે. બહારથી મંગાવી લઈશું.'

'પણ એ પહેલી વખત આપણે ત્યાં આવે છે ને આપણે એમને બહારનું ખવડાવવાનું!'

'તને હું સારામાં સારી હોટેલમાંથી સારામાં સારી ડીશ મંગાવી આપીશ. તું તારે કંસાર બનાવી દેજે એટલે થયું.'

ત્યાં બહાર કાર ઊભી રહ્યાનો અવાજ આવ્યો ને સમરથબેન બારણું ખોલવા દોડી ગયાં. કારમાંથી બધાં ઊતરે એ પહેલાં ધનવંતરાય કાર પાસે પહોંચી ગયા. બધાં કારમાંથી ઊતર્યાં એટલે નવનીત અને ધનવંતરાય ભેટ્યા. કેતકીએ સમરથબેનની ઉંમર જોઈને ભેટવાને બદલે પગે લાગવાનું જ યોગ્ય ગણ્યું. એ અને સ્વાતિ બેય વડીલોને પગે લાગ્યાં.

'આવો, તમારે પગે લાગવાનું ન હોય.' સમરથબેન બોલી ઊઠ્યાં.

'તોય તમે વડીલ છો.' કેતકીએ કહ્યું.

બધાં અંદર ગયાં એટલે સમરથબેને જાણે હવાલો સંભાળી લીધોઃ 'થાક્યાં હશો. રસ્તામાં કશી તકલીફ તો નહોતી પડી ને!'

'ના રે, તકલીફ શાની? પણ બધું જાણે અજાણ્યું લાગે છે. ચાલીસ વરસે ઈંડિયા આવવાનું થયું એટલે. મુંબઈ બહુ બદલાઈ ગયું હોય એમ લાગે છે.'

'ચાલીસ વરસે આવો તો આખું મુંબઈ જુદું જ લાગે. તમે થાક્યાં હશો. પહેલાં હાથમોં ધોઈ સ્વસ્થ થાવ. સંદીપ તું એમને બાથરૂમ બતાવ.'

'બા, તું બજારમાંથી કશું લાવવાનું કહેતી હતી ને! મને લીસ્ટ આપ તો લેતો આવું.' કેતકીબેનને બાથરૂમ બતાવી પાછા આવતાં સંદીપે કહ્યું.

'તારા બાપુજીને પૂછ.'

બાપૂજીને પૂછવા જતા પહેલાં સંદીપે સ્વાતિને પૂછ્યુંઃ 'હું બજારમાં જાઉં છું. તારેય આવવું હોય તો તૈયાર થઈ જા.'

'મારે ચેઈન્જ કરવું પડશે. ગીવ મી ટેન મિનિટ્સ પ્લીઝ.' ને એ બીજી બાથરૂમમાં પેઠી. એ તૈયાર થઈને બહાર આવી એટલે બેય જણ બજારમાં જવા નીકળ્યાં.

'બેય જણ જાઓ છો તે પાછાં બહાર ખાઈને ન આવતાં. આજે બધાંને કંસાર ખાવાનો છે.' સમરથબેને કહ્યું.

બહાર રમેશ અને મનહર તો કેતકી અને સ્વાતિને જોઈ આભા જ થઈ ગયા હતા. એમની તો કેતકી સાથે વાત કરવા જીભ જ ઊપડતી ન હતી. એ પરવારીને સમરથબેન સાથે બહાર આવી એટલે નવનીતે એને પોતાના દોસ્તોની ઓળખાણ આપવા પ્રયત્ન કર્યોઃ 'આ બે જણા ___'

'રમેશભાઈ ને મનહરભાઈ મને ખબર છે.' પછી એમના તરફ જોતાં પૂછ્યું: 'કેમ છો તમે બેય? તમારા આ દોસ્તે તમારી એટલી બધી વાતો કરી છે કે તમને પહેલી વખત મળું છું છતાં જાણે એમ લાગે છે કે વરસોથી તમને જાણતી હોઉં.'

'એણે અમને તમારે વિષે કશું કહ્યું નથી. ફક્ત તમારો બધાંનો એક ફોટો બતાવ્યો હતો. તમારા નામનીય અમને આજે ખબર પડી.' રમેશે કેતકીના બોલવાથી પ્રોત્સાહિત થઈ જવાબ આપ્યો.

'આટલે સુધી આવ્યાં છીએ તો ગામમાં જઈને બધાંને મળતાં આવવાનું મન થાય છે. જઈ આવીશું?' કેતકીએ નવનીત સામે જોતાં પૂછ્યું.

'આજે આમ ખાલી હાથે કેમ જવાય! તું એક મહિનો રાહ જો. આપણે જાન્યુઆરીના પહેલા વીકમાં ગામમાં જઈશું. બેય ભાઈઓનાં દિલ જીતી લેવાં પડશે. એમને ખોટું લાગ્યું હશે એટલે એમને મનાવવા પડશે.'

'કેમ, કશું મનદુઃખ થયું છે?' ધનવંતરાય બોલી ઊઠ્યા.

'મોટું મનદુઃખ ઊભું કર્યું છે આ તમારા વેવાઈએ. અરે, એને માટે લોકોને ખોટા જવાબ આપીને અમારી જીભના કૂચા વળી ગયા. પૂછો ને એને જ.'

'આ વરસે હું ચાલીસ વરસ પછી પહેલવહેલો દેશમાં આવ્યો. અમદાવાદમાં એક હોટેલમાં સામાન મૂકી ગામમાં ગયો. મનમાં થયું કે હું એક કરોડપતિ માણસ તરીકે ગામમાં જઈશ તો બધા મારી ચારેય બાજુ ફરશે ને મારાં વખાણ કર્યા કરશે. પણ જો હું એક મુફલીસ માણસ તરીકે જાઉં તો કોણ મને આવકારે છે ને કોણ મારાથી દૂર ભાગે છે એનું પારખું થઈ જશે. પણ વાત કથોલી થઈ ગઈ.

'ભાઈઓને બરાબરની કડકાઈ ચાલે ને હું ગયો એટલે એમને થયું કે મને મારા ભાગની જમીન કાઢી આપવી પડશે તો ખાવાનાય સાંસા થઈ પડશે. એટલે મોટાભાઈએ તો કાને હાથ દઈ દીધા. ગામલોકોએ વચમાં રહી મારો ભાગ અપાવ્યો પણ ખરો પણ મોટાભાઈની તો કફોડી સ્થિતિ થાય એવી વેળા આવી.'

'સુધારી લેવા હોય તો સંબંધો સુધારી લઈ શકાય તેમ છે. વખત છે ને એમણે ભીડને કારણે ઉતાવળથી કશું કહી દીધું હોય તો એને મન પર લાવ્યા સિવાય મોટાભાઈને પગે લાગીને બધું પાછું આપી દેવું જોઈએ.' ધનવંતરાયે કહ્યું.

'એ તો મેં એક હાથે લઈને બીજે હાથે પાછું આપી જ દીધું છે. પણ મને

લાગે છે કે જ્યારે આપણી પાસે આટલો પૈસો હોય અને ભાઈઓ ભીડમાં હોય ત્યારે એમને ધરાવો થઈ જાય એવી મદદ કરવી જોઈએ. હું એમને એટલી મદદ કરીશ કે જેટલી એમણે સ્વપ્નેય ન ધારી હોય. પણ એ માટે મેં આ જાન્યુઆરી મહિનો નકકી કર્યો છે. અમારા મકાનનું વાસ્તુ કરવા આવીશું ત્યારે એમને કશી ફરિયાદ કરવાપણું નહીં રહેવા દઉં.'

'તો એમ રાખો. જાન્યુઆરીય કયાં આઘો છે? પણ મને થાય છે કે આ સાકરના રૂપિયાય તમારા મોટાભાઈને હાથે અપાવો તો વધારે શોભે.'

'આઘો જ છે. એના કરતાં એમ કર, વિલાયત ફોન કરીને તારે જેટલા પૈસા મંગાવવા હોય એટલા મંગાવી લે. જેટલા દાગીના ને કપડાં ખરીદવાં હોય એટલાં અહીંથી લઈ લે ને વાજતે ગાજતે ગામમાં આવ ને ગાડી સીધી જ અંબુભાઈને ઘેર ઊભી રાખ. કાચી ઘડીમાં સંબંધ સુધરી જશે ને મોટાભાઈ ખભે ખેસ નાખીને વહેવારમાં આગળ થશે.' મનહરે નવો સૂઝાવ આપ્યો.

'એમ કરવું હોય તો મારે કાલે સાકરના રૂપિયા આપવાની વાત બાકી રાખીને પાછા ઈંગ્લેન્ડ જવું પડશે ને જોઈતી ખરીદી કરીને ને પરિમલ તથા રીવાને અઠવાડિયા માટેય લઈને પાછા આવી જવું પડશે.'

'તો એમ કર.'

'લાગે છે કે એમ જ કરવું પડશે. તમે બધા ઉતાવળ કરાવો છો એટલે એમ જ કરવું પડશે, બાકી જાન્યુઆરી મહિના સુધી રાહ જોઈ હોત તો એવી રીતે ગોઠવી શકાત કે ભાઈઓના દિલમાં કોઈ વાતે અફસોસ ન રહત.'

'જો તને એમ લાગતું હોય તો અમે મહિનો વધારે વેઠી લઈશું, બસ?' છેવટે રમેશે કહેવું પડ્યું.

'એમ કરવું હોય તો અત્યારે આપણે ગોળ ખાઈને વાત પાકી કરી રાખીએ પછી જ્યારે અમે બધાં લંડનથી જાન્યુઆરીમાં દેશમાં આવીએ ત્યારે સાકરના રૂપિયા આપીશું. પહેલાં કોઈ મહારાજને બોલાવી બધાં મુહૂર્ત કઢાવી લઈએ એટલે મને હોલ વગેરે બૂક કરાવવાની સમજણ પડે.'

મહારાજને બોલાવી મુહૂર્ત કઢાવી નવનીત બે દિવસ માટે પોતાના બેય દોસ્તોને લઈને આણંદ ઊપડ્યો અને હોટેલમાં રહીને બારોબાર જ હૉલ, વજાં અને બીજા ઓર્ડર રમેશ અને મનહરને નામે આપીને મુંબઈ પાછો આવી ગયો. નવનીતે રમેશ અને મનહરને પાછા મુંબઈ લઈ જવા ઘણું કયું પણ એ લોકો ન માન્યા.

બે દિવસ રહીને નવનીત એના ફેમિલી સાથે પાછો વિલાયત ચાલ્યો ગયો. ને રમેશ તથા મનહર પોતાના ઘરમાં ને ગામમાં બધાંને ખોટા જવાબ આપવામાં પરોવાઈ ગયા.

એમનાં મકાનોનાં કામ લગભગ પૂરાં થઈ ગયાં હતાં. હવે મકાનોને

ફરતી વંડીઓ કરવાનું કામ ચાલી રહ્યું હતું. છ મહિનાના ગાળામાં ગામના નાક જેવાં બેય મકાન તૈયાર થઈ ગયાં હતાં.

૧૪. નવનીતનો સપાટો

નવનીતે લંડન પહોંચી સમય બગાડ્યા સિવાય બધાંને આપવા માટેની ચીજોની યાદી તૈયાર કરવા માંડી. કપડાં, ઘરેણાં, ઘડિયાળ, કેમેરા, બૂટ, મોજાં ને ઘણી બધી ચીજોની યાદી એણે ચારેય ઘરનાં માણસોને મનમાં રાખીને તૈયાર કરી.

ને પછી થઈ ખરીદી શરૂ. ઘરમાં વસ્તુઓના ઢગલા થવા માંડ્યા એ જોઈ પરિમલ કહે : 'તમે આડેધડ આ બધી ચીજોની ખરીદી કરવા માંડ્યા છો એનો તો વાંધો નહીં પણ આપણે આ બધું લઈ જઈશું કેમનાં? આપણે આપણી ચીજો લઈ જવામાંય જ્યાં ત્રેવડ કરવી પડે છે ત્યાં આ બધું...'

'તું એની કશી ચિંતા ન કરીશ. આપણે મુંબઈ પારસલ કરી દઈશું. વેવાઈનું ઘર મોટું છે. એ છોડાવશે અને મૂકી રાખશે. અમારે વાત થઈ ગઈ છે બધી.'

'એવું હોય તો પછી વેવાઈના ઘરનુંય એક અલગ પારસલ તૈયાર કરાવજો.'

'એય મને યાદ છે. તું તારે જોયા કર.'

'તને ખબર નથી પણ તારા પપ્પા દેશમાં કાંટા રોપી આવ્યા છે હવે તેમને એમાંથી કેરીઓ પકવવાની લ્હે લાગી છે.' કેતકીએ કહ્યું.

'તો તુંય જોજે હું એમાંથી કેરીઓ પકવી બતાવીશ તને.'

'એ તો બધું પૈસાના જોરે થશે પણ મને લાગે છે કે આપણે બધું બરાબર કરી દેવું હોય તો થોડો વધારે પ્રયત્ન કરવો પડશે અને થોડા વધારે નમતાં જવું પડશે.'

'એ તો નહીં તોય આપણે કરવાનાં જ છીએ. મોટાભાઈ અને ભાભીને હસતાં કરવા મારા કરતાં તમારે બધાંએ વધારે ધ્યાન આપવું પડશે.' નવનીતે કહ્યું. એને થયું કે કેતકીને મોટાભાઈ અને ભાભી વિશે બધું વિગતે કહેવું પડશે અને તેમની સાથે કેમ વર્તવું એની સૂચના પણ આપી દેવી પડશે.

'તમે એ વાતની ચિંતા ન કરશો. અમારા તરફથી એમને કશી ફરિયાદ કરવાપણું અમે નહીં રહેવા દઈએ.

નવનીતને મનમાં તો ખાતરી જ હતી કે પોતાનો ભાઈ આખું ગામ

વેચાતું લઈ શકે એટલું કમાઈને આવ્યો હોય અને પોતાને આગળ કરતો હોય તો મોટાભાઈ કે ભાભી આઘાં નહીં જ રહે. અને એ લોકો કદાચ રહેવા માગે તોય ગામલોકો એમને રહેવા નહીં દે. એમ છતાંય કેતકીના જવાબથી એને મનમાં વધારે શાતા વળી. એને થયું કે કેતકીના સ્વભાવનો પરિચય થયા પછી ચારેય ઘરનાં બધાં એની આગળ પાછળ જ ઘૂમ્યા કરશે.

બધી ખરીદી પતી ગઈ એટલે એમાં કેતકીએ પોતાના તરફથી કેટલીક ચીજો ઉમેરાવી. પછી દરેક ઘરની ચીજો અલગ અલગ પારસલમાં પેક કરી તેના પર જે તે ઘરની નિશાની કરીને પારસલ મુંબઈ રવાના કરી દેવામાં આવ્યાં.

સ્વાતિને પણ પોતાનાં સાસરી પક્ષનાં માણસોનો પરિચય થયેલો હતો એટલે એણે પણ એમને માટે યોગ્ય ખરીદી કરી લીધી હતી. જો કે એને સાસરીમાં એનાં સાસુ, સસરા અને એક નણંદ સિવાય ઘરનું કોઈ હતું નહીં. હા, સંદીપના મોસાળમાં ઘણાં માણસો હતાં પણ સ્વાતિને હજુ તેમનો પ્રત્યક્ષ પરિચય થયો ન હતો. તેની નણંદનાં ભાણેજાંમાં બે દીકરા અને એક દીકરી હતાં જે મુબઈમાં જ રહેતાં હતાં એટલે છેલ્લે એ જ્યારે આવી ત્યારે એને એમનો પરિચય થયો હતો. એમને લક્ષ્યમાં રાખીને એણે કેટલીક ખરીદી કરી લીધી હતી.

'તમે કહો છો કે વેવાઈનું ઘર મોટું છે પણ મુંબઈને હિસાબે કદાચ મોટું ગણાતું હશે પણ આપણે બધાં જઈશું તો મને લાગે છે કે નાનું લાગશે.' રીવાએ એક દિવસ કહ્યું.

'એ લોકો કહેતા હતા કે સ્વાતિનાં ભાભી મોટા ગામનાં છે તે એમને ઘર નાનું લાગશે તો એમને સામે એમ્પરર હોટેલમાં ઉતારો આપીશું. એટલે તમારે ચિંતા કરવાની જરૂર નથી.' સ્વાતિએ ભાભીની ઉડાવી.

'નાનાં ગામનાં લોકોની આ જ તકલીફ છે. એમનાં નાનાં ગામનાં લોકોને ઘરમાં રાખે ને અમને મોટાં ગામનાં લોકોને હોટેલમાં ધકેલે. એને બદલે કોઈ મોટું ગામ શોધ્યું હોત તો..'

'તો હોટેલને બદલે ધરમશાળામાં ઉતારો આપત. અમને તમારાં મોટાં ગામની બધી ખબર છે.' સ્વાતિએ સામે ચોપડાવી.

આમ હસીમજાકમાં મહિનો ક્યાંય જતો રહ્યો એની જ કોઈને ખબર ન પડી. હા, એક વખત સ્વાતિના લગ્નની વાત શરૂ થઈ એટલે બધાંને દેશમાં જાણે દિલચસ્પી પેદા થઈ ગઈ હતી. ઘરની દુકાન કાઢી નાખવાની વાત જેમને પહેલી નજરે મગજમાં ઊતરી ન હતી એમણેય દુકાન કાઢી નાખવામાં કશો વિરોધ ન દર્શાવ્યો ને દુકાનમાં એક ઓળખીતાનો પચાસ ટકા ભાગ રાખી એમને એ ચલાવવાની જવાબદારી સોંપી દીધી.

ને એક દિવસ આખું કુટુંબ દેશમાં જવા ઊપડ્યું. ફક્ત પરિમલ અને

રીવાને જ આખો માહોલ અજાણ્યો હતો પણ સ્વાતિ, કેતકી અને રવિ તો એક વખત દેશમાં જઈ મુંબઈનો પરિચય કેળવી આવેલાં હતાં. જો કે કેતકીને તો દેશમાં નવનીતનાં ભાઈ, ભાભી ને એમનાં પરિવારનો પરિચય કરવાની ઈંતેજારી ઘણી હતી. એણે તો મુંબઈ પહોંચીને બીજે જ દિવસે ગામમાં પહોંચી જવાની રઢ લીધી હતી. ને ભાઈ, ભાભીને મળ્યા પછી એમની રાહબરી નીચે જ બધી ઉજવણી કરવાની વાત નકકી થયેલી હતી એટલે નવનીતે પણ એમાં પોતાનો સૂર પુરાવ્યો હતો.

નવનીતના સસરાના એક દોસ્તનું મકાન વિદ્યાનગરમાં ખાલી જ હતું એમાં એકાદ મહિના માટે રહેવાની ગોઠવણ અગાઉથી જ એમણે ગોઠવી લીધી હતી. રમેશ અને મનહરે વિદ્યાનગરમાં એક કાર અને ડ્રાયવરની ગોઠવણ પણ નવનીતની સૂચના મુજબ કરી રાખી હતી.

મુંબઈ પહોંચી શેઠ ધનવતરાય અને સમરથબેનને મળી બધાં સાંજે જ ટ્રેનમાં આણંદ જવા નીકળ્યાં. આણંદના સ્ટેશન પર રમેશ અને મનહર એમનું સ્વાગત કરવા હાજર જ હતા. એમણે તો આણંદ આવતા પહેલાં પોતાનાં છોકરાંને મોઘમ કહી દીધું હતું કે જે લોકો બૅંકની જપ્તીની વાતો કરતા હોય એમને ઘેર જઈને કહી આવજો કે બપોરે બૅંકની જપ્તી આવવાની છે તે ખેતરમાં ના જતા રહેતા. આજે બપોરે એ બધાનાં મોં જોવા જેવાં થઈ જશે. તમે અમને પૂછી પૂછીને માથું ખાઈ જતા હતા તે તમનેય સાચી વાતની ખબર પડશે.

રમેશે ભાવનાને કહ્યું હતુંઃ ‘આજે બપોરે નવનીત આવવાનો છે. હું ઘેર ન હોઉં ને એ આવે તો એને ઘરમાં ના પેસવા દઈશ. એ એક નંબરનો લબાડ અને જૂઠ્ઠો છે.’

‘પણ કાલે સવાર સુધી તો તમે એમને માટે મુંબઈ હડિયો કાઢતા હતા. હવે એ એકદમ કેમના લબાડ થઈ ગયા?’

‘એ તો અનુભવ થાય ત્યારે જ ખબર પડે ને! અમે આણંદ જઈએ છીએ ને કદાચ એ આવી જાય તો કહી દેજે કે એના ભાઈને ત્યાં જાય, આપણે ત્યાં નહીં.’

‘મારાથી એવું ના કહેવાય. એ આવશે તો હું એમને ઉપરના ઓરડામાં જગ્યા કરી આપીશ. પછી તમે આવો ત્યારે તમારે જે કરવું હોય એ કરજો.’ ભાવનાએ પોતાનો નિર્ણય જણાવી દીધો. ત્યારે રમેશ મનમાં જ હસી રહ્યો હતો.

બધાં વિદ્યાનગરમાં એમને માટે નકકી કરેલા બંગલામાં ગયાં અને નાહી ધોઈને તૈયાર થયાં એટલે બીજી એક ભાડાની ગાડી મંગાવી એમાં દરેક ઘર માટેની બેબે પેટીઓ મુકાવી ગામમાં જવા નીકળ્યાં. નવનીતે નીકળતા પહેલાં, બધાંએ કેમ વર્તવું એની સૂચના ફરીથી એક વખત આપી દીધી.

અંબુભાઈના આંગણામાં બેબે કારો આવીને ઊભી રહી ને એમાંથી ત્રણેય દોસ્તો પહેલા નીચે ઊતર્યા. આજે પણ રમેશે જ હાંક મારીઃ 'સવિતાભાભી, આજે તો કંસારનું આંધણ મૂકજો, તમારો દિયર એના કુટુંબ કબિલા સાથે પહેલી વખત તમારે ઘેર આવ્યો છે.'

એની હાંક સાંભળી એક તરફ અંબુભાઈ ચમકયા તો બીજી તરફથી સવિતાભાભી પણ ગભરાતાં અંદરથી બહાર દોડી આવ્યાં તો બહાર તો આખા ફળિયાનું માણસ ભેગું થઈ ગયું. ત્યાં કારમાંથી ઊતરી કેતકી મોટાભાઈને પગે લાગી. ફળિયાનાં લોકો તો આ બધાંને જોઈને દંગ રહી ગયાં તો સામે પક્ષે અંબુભાઈ ને સવિતાની જીભ પણ જાણે ઝલાઈ ગઈ.

ઘરેણાંથી લચી પડતી કેતકી અને રૂપાળાં રમ જેવા આ પરિવારને જોતાં કોઈનેય શું બોલવું એની સમજણ જ ન પડી. કેતકીને પગલે પરિમલ, રીવા, સ્વાતિ ને રવિ પણ પહેલાં અંબુભાઈને ને પછી સવિતાને પગે લાગ્યાં. ઘરમાંથી અંબુભાઈનો દીકરો જનક અને તેની પત્ની રશ્મી તથા તેમનાં છોકરાં પણ બહાર આવી ગયાં હતાં. સમય પારખી જતાં રશ્મી સાસુની જૂની શિખામણ ભૂલીને કેતકીને પગે લાગી ને એનું જોઈ એનાં છોકરાંય કેતકીને પગે લાગ્યાં.

ત્યાં બેય ડ્રાયવરો પાસે રમેશ મોટીમોટી બે સૂટકેસો જેના પર મોટાભાઈનાં લેબલ મારેલાં હતાં તે ગાડીમાંથી કઢાવી લાવ્યો. કેતકી સવિતાભાભીને ફરીથી ભેટી અને એમને ખભે હાથ રાખી, એમના ક્ષોભને સમજતાં અંદર ખેંચી ગઈ. પાછળ સ્વાતિ અને રીવા પણ અંદર ગયાં.

બહાર નવનીત, પરિમલ અને રવિ અંબુભાઈની સાથે પાટ પર બેસી ગયા હતા તો રમેશ અને મનહર સામે ઢાળેલા ખાટલા પર બેસી ગયા હતા. નવનીત રવિને સમજાવતો હતોઃ 'જો, આ મોટાદાદા છે. મારાથીય મોટા. હું તારા જેવડો હતો ત્યારે એમના આ ઘરમાં જ રહેતો હતો.'

'તે દાદા, તમે કૉલેજમાં અહીંથી જ ભણવા જતા હતા?' પરિમલે પૂછ્યું.

'ના દૂર મોટા શહેરમાં. પછી તો કૉલેજવાળા બે જ વરસમાં મારાથી થાકી ગયા ને મને પાછો મોકલી આપ્યો, કહે કે તારે વધારે ભણવાની જરૂર નથી. એટલે હું આફ્રિકા ભાગી ગયો. મોટાકાકાને જ પૂછ ને. હું નાપાસ થઈને આવેલો તે બે દિવસ તો એમનાથી દૂર જ ભાગતો રહેલો. મારની બીકે.'

'તે નાપાસ થાવ તો માર પડે?'

'પડે જ ને! એક તો ફીના, ચોપડીઓના ને સારાં કપડાંના પૈસા મહામહેનતે કાઢ્યા હોય અને નાપાસ થઈને આવીએ તો પાટલે બેસાડીને પૂજા કરે? એમાં તો માર જ પડે. તને સમજાય છે, રવિ? તારા ઈંગ્લેન્ડ જેવું નહીં હોં કે.'

અંબુભાઈ નવનીતની આવી વાતો સાંભળતાં ભૂતકાળની ઝાંખી કરતાં

મલકાઈ રહ્યા હતા. એમનો ક્ષોભ દૂર થતો જતો હતો. ને નવનીતનું વર્તન પણ એવું હતું કે એ ઘડી પછી બધા અવસર ઉજવવા કેડ બાંધીને તૈયાર થઈ જ જવાના હતા.

ગામના લોકો તો આ ભભકભર્યા પરદેશીઓને જોઈને એવા તો અચંબામાં પડી ગયા હતા કે એમને તો શું બોલવું તેનીય સુધ રહી ન હતી. ક્યાં ગઈકાલનો મુફલિસ અને ક્યાં આજનો જાજરમાન જણ! બધા એકબીજાનાં કાનફુસિયાં કરતા હતા પણ બધાને બે પગથિયાં ચઢીને નવનીત સાથે વાત કરવામાંય ક્ષોભ વર્તાતો હતો. તો બીજી બાજુ અંબુભાઈના ઘરનાં બધાંનેય એવું ક્યાં થતું ન હતું?

નવનીતભાઈ આવ્યાની જાણ થતાં દીનુના ને મનહર તથા રમેશના ઘરનાં બધાં રઘવાયાં થઈ દોડી આવ્યાં. એમને અહીં આવતાં રસ્તામાં જ નવનીત અને એના પરિવાર વિશે થોડીઘણી માહિતી તો મળી જ ગઈ હતી. ઘર પાસે ભેગું થયેલું ટોળું જોઈ દીનુને તો ઘરની રવેસીનાં પગથિયાં ચઢવાનાય હોશ ન રહ્યા.

પણ અંદર જ્યારે કેતકીએ જણસોનાં બોક્સ કાઢી ભાભીને ને રશ્મિને સોનાના સેટ અને બાળકોને ઘડિયાળ અને નાનાંમોટાં કપડાં આપવા માંડ્યાં ત્યારે સવિતાભાભીથી ન રહેવાયું. એમને એટલું ઓછું આવી ગયું કે એમને ગળે જાણે ડૂમો ભરાઈ ગયો હોય એમ લાગ્યું. એ ઊઠીને ખૂણામાં પેસી ગયાં ને રડવા માંડ્યાં. કેતકીને એમના અચાનક રડવાનું કારણ ન સમજાયું. એણે એમની પાસે જઈ પૂછવા માંડ્યુંઃ 'ભાભી, શું થયું? મારાથી કશું ખોટું લાગે એમ તો નથી બોલાઈ ગયું ને!'

'તમે બેય તો બેન દેવ જેવાં છો પણ નવનીતભાઈ ગયે વખતે આવ્યા ત્યારે અમારાથી અણઘટતું બોલાઈ ગયું હતું. હવે તમે આ હજાર હાથે બધું આપવા માંડ્યાં છો તે અમારાથી કયે મોઢે લેવાય?' રડતાં રડતાં એમણે કહ્યું.

'તમારે એવી બધી વાતો મનમાં નહીં રાખવાની. તમારા દિયરના મનમાંય એવુ કશું નથી. ઊલટા એ તો કેટલો જીવ બાળતા હતા કે ગામમાં ખોટો દેખાવ કરીને ગયો ને ભાઈઓ સાથે કડવાશ ઊભી કરી. હવે તમે કહેતાં હો તો એ તો તમને પગે પડીને માફી માગવાય તૈયાર છે. તમે કશું ઓછું ન લાવશો મનમાં. વિદ્યાનગરમાં મકાન બનાવ્યું છે એનું વાસ્તુ કરવાનું છે ને સ્વાતિનાં લગન ઊકેલવાનાં છે. એ બધુંય તમારે ને દીનુભાઈએ જ કરવાનું છે.'

'પણ લોક તો કહેશે કે કાલે દિયર આવ્યા હતા ત્યારે ઘરમાં પેસવા દેવાય રાજી ન હતાં ને આજે રૂપિયા જોયા એટલે કેવા પાછળ પાછળ ઘૂમે છે! કયે મોઢે મારાથી તમારી સાથે બેસાશે?'

'એમાં લોકોને શું છે? અમે આવ્યાં તો સીધાં તમારે ત્યાં જ આવ્યાં ને? કેમ લોકોને ત્યાં ન ગયાં? તમે જ અમારું ઘર છો. તમારાથી જ અમે ઉજળાં છીએ.

તમારા દિયર કમાયા હશે તેમાંય તમારાં પુણ્ય હશે જ ને! કશુંય મનમાં લાવ્યા વગર હવે કેડ બાંધો. બબ્બે અવસર ઉજવવાના છે તમારે. અહીં બધા આવવાના છે તો તમારા વહેવારને કારણે જ ને?' કેતકીએ કહ્યું.

ત્યાં બહાર આવી પહોંચેલાં દીનુ અને એના ઘરનાં બધાં વિસ્મયમાંથી બહાર આવવા પ્રયત્ન કરી રહ્યાં હતાં. દીનેશે નવનીતની સામે જોઈ કહ્યું: 'તમે અમને છેતરી ગયા ને અમારે શરમાવાનું થયું. અમને માફ કરી દો.'

'ના, મારાથી ઊલટું ખોટું થઈ ગયું. હું ક્યારનોય મોટાભાઈને એ જ સમજાવવા માગું છું. મારા દિલમાં તમારે માટે મનમાં કશુંય ખોટું નથી. હું આજે સામે ચાલીને આપણે ઘેર જ આવ્યો ને! ને કાલે સવારે આપણા વિદ્યાનગરના મકાનનું વાસ્તુ કરવાનું છે ને પછીને મહિને તમારી ભત્રીજી સ્વાતિનાં લગ્ન લેવાનાં છે બધું તમારે જ તો કરવાનું છે. બધા તમને ઓળખે છે. જે કોઈ આવશે એ તમારે જ ઓળખાણે જ તો આવવાના છે. જા, અંદર જઈ તારાં ભાભીને મળ.'

નવનીતને મળી એ અંદર ભાભીને મળવા ગયો. સાથે એનાં પત્ની ને બાળકો પણ અંદર ગયાં. દીનુ ભાભીને પગે પડવા ગયો તો કેતકીએ એને વર્યો ને કહ્યું: 'તમારે પગે પડવાનું ન હોય હવે તો તમારે એકને બદલે બેબે ભાભીઓનું સાંભળવાનું થશે. પણ પહેલાં મોટાં ભાભીને સમજાવો. એ ક્યારનાં રડવા બેઠાં છે. એમાં ખોટું અમારું દેખાશે. કોઈક કહેશે કે દેરાણીએ આવીને કોણ જાણે શુંય કહી દીધું કે મોટાં રડવા બેઠાં હશે!' ત્યાં દીનુની પત્ની ને બાળકો કેતકીને પગે લાગ્યાં.

દીનુએ ભાભીને કહ્યું: 'એમને તો હું ચપટી વગાડતાં સમજાવી દઈશ. ભાભી, બહાર અડધું ગામ ભેગું થઈ ગયું છે ને તમે આમ રડો એ બરાબર નહીં. ચાલો કંસારનું આંધણ મૂકો. આજે તો અમેય મોટે ઘેર જમવાનાં છીએ. તમે મોડું કરશો તો મારે આખી ખડકીવાળાંનેય નોતરાં દઈ આવવાં પડશે. એના કરતાં આપણે ઘરઘરનાં જ કંસાર ખાઈએ એ બરાબર કહેવાય. બોલો, શું કહો છો? કહી આવું બધાંને કે પછી ઘરની વાત ઘરમાં જ..?'

'તું જા અહીંથી બહાર.'

'તમે કંસાર કરવા માંડો એટલે બહાર જાઉં પણ મારાં વચલી ભાભીને ને ભત્રીજા-ભત્રીજીને એકવાર મળી તો લઉં.'

'હા, મળીને બહાર જા તો મને કામ કરવાની સૂઝ પડે.'

'એમ છણકો કરીને નહીં કહો તોય તમારી સામે નહીં બેસી રહું. હા, પ્રેમથી કહેતાં હો તો વિચારી જોઉં.'

'તો તો હમણાં જ બહાર નીકળ.'

'ચાલો વચલાંભાભી, તમને અહીં નહીં ગોઠે. આપણે બધાં મારે ઘેર જ જઈએ.'

દીનુએ કહ્યું ત્યાં એની પત્ની બોલી ઊઠીઃ 'એવું ભાભીને ખોટું લાગે એવું શું બોલતા હશો!'

'એનું બોલવાનું તો પહેલેથી જ એવું છે. પણ તમારે કંસાર ખાવો હોય તો તું અને રશ્મિ રસોડામાં પેસો અને તમારે જે બનાવવું હોય એ બનાવવા માંડો. અને બહાર જઈ રમેશ અને મનહરના ઘરનાંનેય અહીં જમવાનું કહી આવ, દીનુ.'

'જોયુંને ભાભી બોલે છે કડક પણ વહેવારમાં એમને કોઈ ન પહોંચે.' કહેતાં દીનુ રમેશ અને મનહરને ભાભીનો સંદેશો કહેવા બહાર નીકળી ગયો. કેતકી દીનુની પત્નીને કહેતી હતીઃ 'પછી તમારે ત્યાં આવીએ છીએ. પછી રમેશભાઈ તથા મનહરભાઈને ત્યાં પણ જવાનું છે. આજે રાતે તો વિદ્યાનગર જઈશું. કાલે સવારથી જ પાછાં આવી જઈશું.'

'કેમ વિદ્યાનગર? ત્યાં કેમ જવાનાં છો? આય તમારાં જ ઘર છે ને!'

'અમારાં જ છે પણ ત્યાંય એક બંગલો રાખેલો જ છે કામચલાઉ. છોકરાં બધાં થાકેલાં છે તે આજનો દિવસ આરામ કરી લેશે, પછી કાલે સવારથી તો અમારા ધામા અહીં જ હશે. સાંજે સૂવા માટે ત્યાં જઈશું એટલું જ. અમે વિદ્યાનગરમાં એક મકાન બનાવરાવ્યું છે એનું વાસ્તુ કરવાનું છે ને સ્વાતિનાં લગન પણ ઉજવવાનાં છે. તમારે હવે કેડ બાંધવાની છે.'

પણ બહાર તો અડધું ગામ ભેગું થઈ ગયું હતું. દીનુએ રમેશ અને મનહરને એક તરફ બોલાવી ભાભીનો સંદેશો પહોંચાડી દીધો. ભાવના અને કલ્પના તો ક્યારનાંય કેતકીની પાસે પહોંચી ગયાં હતાં. એ કેતકી સાથે નવી ઓળખાણ કરી રહ્યાં હતાં ને એમના દીકરાની વહુઓ અંદર રસોડામાં રાંધવાના કામમાં મદદ કરવા પહોંચી ગઈ હતી.

'આવો તમે બેય જણીઓ. બધું જાણતી હતી તોય અમને અંધારામાં રાખ્યાં ને ગામ આખામાં ભૂંડાં દેખાડ્યાં.' એમને જોતાં જ સવિતાબેન તાડૂક્યાં હતાં.

'ભાભી, અમારાં છોકરાંના સમ અમને કશી ખબર હોય તો. અરે, આજે સવારે ઘેરથી નીકળતાં જ તમારા દિયેરે મને કહ્યું હતું કે નવનીત આવે તો એને આપણા ઘરમાં ના પેસવા દેતી. જાય એના ભાઈને ત્યાં. એ એક નંબરનો લબાડ છે. એ ત્રણ જણાએ બધાંને છેવટ સુધી અંધારામાં રાખ્યાં છે.' ભાવનાએ કહ્યું.

'અમને તો પાટડીની ચિંતા થતી હતી. આખા ગામમાં લોકો વાતો કરતા હતા કે બૅંકની જપ્તી આવવાની છે ને અમારો જીવ તો કળિયે કપાતો હતો. આ છો મહિનાથી ઘરમાં કોઈએ ધરાઈને ધાન નથી ખાધું.' મનહરની પત્ની કલ્પનાએ કહ્યું.

'તે ન જાણતાં હો તો જાણી લેજો, જપ્તી આવી જ ગઈ છે.' કેતકીએ વચમાં પૂરાતાં કહ્યું.

'એની તો હવે આખા ગમને ખબર પડી ગઈ છે કે એ બે જણા કઈ બૅંકના જોરે કૂદતા હતા ને કઈ બૅંકની જપ્તી આવવાની હતી. અરે, અમારાં છોકરાંય એમના બાપાને ન કહેવાય એટલે અમારી પાછળ પડી જતાં હતાં ને. એમનો તો જીવ કળીએ કપાતો હતો કે પાટડી લેવા જતા ઘરની છે એ જમીનેય હાથમાંથી જતી રહેશે.'

બહાર ભેગા થયેલા પાડોશીઓ બધા જાત જાતની વાતો કરતાં ને વિસ્મયથી તાકતા હજુ ઊભા જ હતા. છેવટે નવનીતને બધાંને સામેથી કહેવું પડ્યુંઃ 'જુઓ, હું તરત પાછો જતો રહેવાનો નથી. અમારે બેત્રણ અવસર ઉજવવાના છે એની મોટાભાઈ સાથે વાત કરવા આવ્યો છું. તમારે બધાંએ પણ એમાં કેડ બાંધવાની છે. કાલે તમને બધાંને મોટાભાઈ બધી વાત વિગતે કહેશે.'

'એ બધાય આવશે. તું તારે કામ ચીંધજે એટલે માનજે કે થઈ ગયું.' છેવટે મોટાભાઈએ ખોંખારીને કહી દીધું.

'મારે તો તમે કહો એમ જ કરવાનું છે. તમારે બધાંની સાથે મનેય કામ બતાવવાનું છે. આજે સાંજે આપણે બધા પ્રસંગો કેમ ઉજવવાના છે એની વાત કરી લઈએ પછી તમે એની જાહેરાત કરજો અને બધાને જવાબદારી સોંપી દેજો.' નવનીતે કહ્યું.

બધા વેરાયા એટલે આ પાંચેય જણા મેડા પર જઈ આવી રહેલા અવસરોની ઉજવણીની ચર્ચામાં પડી ગયા.

નવનીતે વાતની શરૂઆતમાં જ ચોખવટ કરી દીધી કે ખર્ચનો વિચાર કરીને અવસરમાં કશી ઊણપ રાખવાની નથી. ગામલોકોને બધાય અવસરમાં બેબે ત્રણત્રણ વખત જમાડવાના છે. ને એ પણ મોઘામાં મોઘી વાનગીઓથી. રસોઈ, મંડપ, જમવાની વ્યવસ્થા એવી કરવી છે કે બધા દસ વરસ સુધી યાદ કર્યા કરે.'

'તું ખર્ચની કોઈ લિમિટ બાંધે તો ગોઠવણ કરવાની સમજણ પડે.' અંબુભાઈએ કહ્યું.

'ખર્ચની કોઈ લિમિટ નહીં. ધારો કે આપણે પાંચ લાખ ગણીને શરૂ કરીએ ને એને બદલે સાત લાખ રૂપિયા થઈ જાય તોય વાંધો નહીં. જે સારો લાગે એ બધો ભભકો કરવાનો. ને લગ્ન તો આણંદ હોલમાં રાખવાં છે ત્યાંની વ્યવસ્થા તો બધી કોન્ટ્રાકટથી આપી દઈશું.'

'તો પછી વાસ્તુય વિદ્યાનગરમાં રાખવાનું છે પછી એમાં ગામમાં કશું કરવાની વાત કયાં આવી?'

'તોય ગામમાં આગલે દિવસે બેય ટંક આપણી બધી ખડકીઓને

જમાડવાની. સાથે આપણાં ચારેય ઘરના બહાર ગામના સંબંધોવાળાને જમાડવાના. આપણા બધા સગાઓનેય ત્રણચાર દિવસ અગાઉથી ગામમાં તેડાવવાના ને રોજ રાત્રે ગરબા રાખવાના. ગરબામાં લહાણી પણ વહેંચવાની ને નાસ્તો પણ સારો કરાવવાનો.'

'તારા પૈસા છે ને તારે ખર્ચવાના છે. પણ તારે જો સારા માર્ગે ખર્ચવા હોય તો કોઈક એવા કામમાં ખર્ચ કે એનાથી ગામને કાયમનું સુખ થાય અને તારા ઘરનું નામ થાય.' રમેશે મોઘમ યાદ કરાવ્યું કે એણે ગામમાં પાણીની ટાંકી બાંધી આપવાની વાત કરી હતી. એને કદાચ એમ પણ લાગ્યું હોય કે નવનીત આમ લાખો રૂપિયા ખર્ચી નાખશે તો પછી પાણીની ટાંકીની વાત ઊડી જશે.

'એય કરીશું. પણ પહેલાં આ અવસર પતી જાય પછી. મારે ગામમાં પાણીની ટાંકી બંધાવી આપવી છે ને ઘેરઘેર પાણીના નળ મુકાવવા છે. બાલ મંદિરનું મકાન બાંધી આપવું છે ને આખા ગામના રસ્તા પથ્થરના કરવા છે. મોટાભાઈએ ને તમારે બધાએ કેડ બાંધવાની છે. હું તો પૈસા આપીને છટકી જઈશ પણ એ પૈસા બરાબર વપરાય એ તમારે ચાર જણાએ જોવાનું છે.'

'તારે પૈસા ખર્ચવા જ હોય તો અમે પાછા નહીં પડીએ. પણ એક વાતનું ધ્યાન રાખજે કે તારે તારા બેય ભાઈઓનું પણ ધ્યાન રાખવાનું છે. એમને દસ પંદર વીઘાં જમીન લઈ આપ તો આગળ પડશે આવા ભભકા કર્યા કરતાં.' મનહરે કહ્યું.

'જમીન તો હું એમને એક ચાસેય નહીં લઈ આપું. ઊલટી જે છે એય વેચાવી નાખીશ. એમને હવે મારે ખેતી કરવા દેવી નથી. હું બેય ભાઈઓના દીકરાને વિલાયત બોલાવીને ગોઠવી દઈશ તો પછી ખેતી કરવાનુંય કોણ છે?'

'જો ભાઈ, તારી વાત તું જાણે પણ અમને બધાને આવા આભા લાડુ તો નથી બતાવતો ને! અત્યારે કોઈને ઈંગ્લેન્ડ ફરવા આવવું હોય તોય વીઝા મળતા નથી ત્યાં તું એમને કેવી રીતે લઈ જવાનો છું એ જ અમને સમજાતું નથી.'

'એનાય રસ્તા નીકળે છે જો આવડે તો. મારી પાસે એક દુકાન છે એમ તમે જાણો છો પણ એમ નથી. મારી પાસે લંડનમાં પાંત્રીસ દુકાનો અને પંદર મકાનો છે. કોઈક ભાડે આપી દીધેલાં છે તો કોઈકમાં નાના મોટા ભાગ આપીને કે પગારદાર માણસો રાખીને ચલાવીએ છીએ.

એક એક દુકાનમાં બધાનો પહેલાં ભાગ રાખવાનો ને પછી મારો ભાગ એમાંથી કાઢી નાંખવાનો. પછી સરકાર એમને પોતાની દુકાન ચલાવવા કેમ નહીં આપે? આ જે ખર્ચ હું અહીં કરવાની વાત કરું છું એના કરતાં વધારે તો મારે દર વરસે આવક થાય છે. તમને એ બધી વાતો એમ નહીં સમજાય. તમે ચારેય જણ આવતે વરસે ઉનાળામાં ઈંગ્લેન્ડ સજોડે ફરવા આવો અને બધો તાલ જુઓ પછી તમને મારી વાત સમજાશે.'

'આ બધાં જુવાનિયાંને એ તાલ બતાવજે. અમારે તો આ ઉંમરે વિલાયત આવીને શું કરવું છે? આ છોકરાંને રાગે પાડવાની વાત મને ગમી. એટલું કરું તો અમારે તો જાણે ભગવાન મલ્યા. છોકરાંથી ખેતી થવાની પણ નથી.' અંબુભાઈએ કહ્યું.

'તમારે ને ભાભીનેય ઈંગ્લેન્ડ આવવાનું છે એ વાત નકકી. તમે બધા હું અહીં છું ત્યાં સુધીમાં પાસપોર્ટ બનાવવા આપી દો. પછીની બધી જવાબદારી મારી. હવે આપણે અવસરની વાત કરીએ. પહેલાં તો તમારાં પાટડીનાં મકાનોનાં વાસ્તુ કરી દેવાનાં એટલે અમારે વાપરવા ચાલે. પછી સ્વાતિનાં ચાંલ્લો-માંટલી પતાવી દેવાનાં એટલે એમનેય તૈયારી કરવાની સમજણ પડે ને પછી એમનાથી વિદ્યાનગરના મકાનના વાસ્તુમાં આવી શકાય અને પછી લગ્ન. એ લોકો રીસેપ્શન રાખવાના છે એટલે એમાંય આપણે પંદરેક જણાંએ તો જવું જ પડશે.'

'તારે તો બોલવાનું છે પણ આટલા ટૂંકા ગાળામાં આટલો મોટો ભભકો કરવામાં કેટલી દોડાદોડી થઈ પડશે એનો વિચાર કર્યો છે ખરો?' રમેશે કહ્યું.

'તે એમાં અત્યારથી શાનો થાકી જાય છે? જો મોટાભાઈને એક બાજુ રાખીએ તોય તમે ત્રણ જણા તો છો. ને તમારા બધાના દીકરાઓ જ ખરા કામ ઉપાડી લે તેવા જુવાન છે. આપણે તો એમને કામ બતાવીને ફક્ત નજર જ રાખવાની છે. અને દોડાદોડીનાં કામ ખડકીનાં બધાં છોકરાંને સોંપી દેવાનાં. એમને એક બે કારો ભાડે લઈ આપવાની. પછી જો મઝા. ને આપણાં ચારેયનાં ઘર પણ રંગાઈ જવાં જોઈએ. જરૂર પડે તો રંગ કરનારા આણંદથી બોલાવી લેવાના. તમારા કોન્ટ્રાકટરને કહેશો તો તમારે રંગ લાવવાની કે રંગવાવાળાને બોલાવવાનીય જરૂર નહીં પડે. એ જ બધી વ્યવસ્થા કરી દેશે ને કામ પણ સારું કરશે .

૧૫. ભભકો કર્યો

પછી તો મોટાભાઈ પણ રંગમાં આવી ગયા. એમને નાનો ભાઈ આગળ કરતો હતો અને સામે જશ જ ખાટવાનો હતો. વળી નવનીતે એમના દીકરાને વિલાયત લઈ જવાની વાત કરી હતી એ તો એમને શીરાની જેમ ગળે ઊતરી ગઈ હતી. અને એ કદાચ વાંકા થવા પ્રયત્ન કરે તો છેવટે તેમને ગામના પાંચ આગેવાનોને સમજાવ્યે તો માથે મોડ મૂકવાનો જ હતો તો પછી હસતે મોંએ પહેલેથી જ જવું શું ખોટું? અંબુભાઈને એટલું તો સમજાતું હતું.

ને વગર બોલાવ્યે જ ગામ આખું જાણે અવસરમાં ઊમટી પડયું હોય એવો દેખાવ થઈ રહ્યો. રમેશ અને મનહર કઈ બેંકને સહારે કૂદતા હતા એ બધાને સમજાઈ ગયું હતું.

રમેશ અને મનહરના મનમાં તો એમ જ હતું કે બધું પત્યા પછી પાટડી અને મકાનો નવનીતને નામે કરી આપવાનાં છે. પણ એના વાસ્તુની આગલી રાતે કોન્ટ્રાકટરે બેય મકાનો પર નામની તખ્તીઓ લગાવી ત્યારે જ એમને સાચી વાતની સમજણ પડી. એક મકાન પર 'ભાવના' અને બીજા મકાન પર 'કલ્પના'ના નામની તખ્તી જોઈ રમેશ અને મનહર તો દંગ જ થઈ ગયા.

'અલ્યા, આવું તે કાંઈ હોતું હશે?' મનહરે નવનીતને ટોકયો.

'એમાં તને સમજણ ના પડે. પહેલાં તો તમે બેય કહેતા હતા કે હું દેશમાં આવું ત્યારે મારે તમારે ઘેર જ રહેવાનું શું ખોટું? પણ તમે જ કહો મને તમારાં જૂનાં ઘરમાં ગમે? હવે પાટડીમાંય તમારું નામ હોય તો ઘર પર પણ તમારાં નામ જ શોભે ને! ને તોય હું જ્યારે દેશમાં આવું ત્યારે એકબે મહિના તમારે ઘેર રહેવાનો મારો હક તો રહે છે જ ને!' નવનીતે કહ્યું.

'તારા ભાઈઓને આ જોઈને વાત કરવાનું ને વંકાવાનું બહાનું મળી જશે. ઘર અને પાટડી તારે નામે કરી દઈએ પછી અમે એમાં રહીશું અને તું આવે ત્યારે સીધો તારા મકાન પર આવે તો કોઈને વાત કરવાનો મોકો જ ના મળે.'

'જુઓ, લોકોને જે વાતો કરવી હોય એ ભલે કરે પણ હું તો મને જે સાચું લાગશે એ જ કરવાનો છું. તમારે બધાને કહેવું હોય તો કહેજો કે હું જ તમારી બેંક છું ને પાટડીમાં જે બચત થાય એ બધી જ્યાં સુધી મારા પૈસા ન પતે ત્યાં સુધી તમે મને આપ્યા કરવાના છો. એટલું જૂઠ્ઠું બોલતાં તો તમને કશો વાંધો નહીં આવે ને! લો ચાલો, હવે બધાને હસીને મળો. હવે પછીના બે મહિના

આપણે બધા બહુ વ્યસ્ત રહેવાના છીએ.'

'તું ગમે તેવાં ઊઠાં ભણાવે પણ લોકો હવે માનશે નહીં. લોકો તું માને છે એવા ભોટ નથી. એ બધા મનમાં જ ગણતરી મૂકશે કે જે ગામ પાછળ આટલા બધા પૈસા ખરચતો હોય એ ભાઈબંધો પાસે પાટડીના ઉત્પનના પૈસા માગતો હશે ખરો?'

'મને તો એમ હતું કે તમે છ મહિનાની ટ્રેઈનિંગ પછી જૂઠ્ઠું બોલવામાં હોશિયાર થઈ ગયા હશો.'

'જ્યારથી ગામમાં તારાં પગલાં થયાં ત્યારથી અમે જૂઠ્ઠા સિવાય બીજું બોલ્યા જ ક્યાં છીએ? મેં તો આજે સવારે ઘેરથી આણંદ આવવા નીકળતાં પહેલાં ભાવનાને કહ્યું હતું કે હું ઘેર ન હોઉં ને વખત છે ને નવનીત આવી જાય તો એને ઘરમાં પેસવા જ ન દેતી. કહેજે કે સીધો એના ભાઈઓને ત્યાં જાય. એ એક નંબરનો લબાડ છે.'

'ને તમને ફર્સ્ટ કલાસમાં આખી જાત્રા કરાવી ને સારી સારી હોટેલોમાં જમાડ્યા એનું કશું નહીં?' આ દુનિયામાં માણસાઈની કશી કિંમત જ નથી.'

'લે, હવે તારી માણસાઈની વાત પડતી મૂક. તને તારા ભાઈઓએ ના સંઘર્યો ત્યારે અમે માણસાઈ બતાવીને અમારે ઘેર ન લઈ ગયા હોત તો તારે ચબૂતરીએ સૂવાનો વારો આવ્યો હોત કે પછી અમદાવાદની પેલી હોટેલમાં ભાગી ગયો હોત.' રમેશે કહ્યું.

'અમદાવાદ તો ના જ ભાગી ગયો હોત. હું કદાચ ગામલોકોને બતાવવા ચબૂતરીએ જ સૂઈ રહ્યો હોત. પણ પહેલે કોળિયે જ તમે ભટકાઈ પડ્યા એટલે શું થાય?'

'અલ્યા, આપણે બધાંને નોતરાં દીધાં પણ આને જ નોતરું નથી દીધું. મારે ભાભીને કહેવું પડશે.'

'કહી જો, તને ન ધારેલો જવાબ મળશે.' નવનીતે કહ્યું ને મનમાં મલકાઈ રહ્યો.

ને રમેશે એનો જવાબ સાંભળવા માટે જ કેતકીને શોધી કાઢી ને કહ્યું: 'અમે બધા ગામને નોતરાં દીધાં છે પણ તમને જ નોતરું આપવાનું રહી ગયું છે. તે _'

'એનો વાંધો નહીં કાલે સવારે અમારે ત્યાં ત્રણ અવસર આવે છે તે અમેય એવું કરીશું. આજે અમે આવ્યાં છીએ એય મોટાભાઈના નોતરામાં. અમે હજુ વાસ્તુ કરીને ઘર ચાલુ કર્યું નથી ત્યાં સુધી અમે મોટે ઘેર મહેમાન ગણાઈએ એટલે ચાલે પણ તમને નોતરું નહીં મળે તો ભાવનાબેન તમને આવવા પણ નહીં દે.'

'એ બધું તમારાં પરદેશવાળાંને ચાલે. અમારે તો દાબ મૂકવા જાય તો ડફણાં ખાય એવો ચાલ એટલે એવું _'

'હવે હું એમને એવો પાઠ ભણાવી દઈશ કે સામે સાંબેલું ઉગામશે. ઈંદિરાબેનના રાજ્યમાં તમારું જૂનું વાજુ નહીં વાગે.' કેતકીએ કહ્યું. છેલ્લે બધાં મુંબઈમાં મળ્યાં ત્યારથી રમેશ અને મનહરને કેતકી સાથે સારો પરિચય થઈ ગયો હતો. એટલે તો એ લોકો આટલી ટોળ કરી શકયા ને!

એમને વાતો કરતાં જોઈ ભાવના કેતકીની પાસે આવી પહોંચી હતી તેણે એમાંનું કેટલુંક સાંભળ્યું એટલે એ વચમાં પુરાઈઃ 'એમને તમે ભૂલી ગયા હો તો તમે જાણો પણ મેં તો ચાર દિવસથી નોતરું આપી દીધેલું છે. એમને ભૂલી જઈએ તો બૅંકની જપ્તી જ આવી જાય ને!'

'એ તો આવી જ ગયેલી છે. તમારે વાસ્તુ કરવાનું છે એટલું જ. બાકી કાલથી અમે જ આ ઘરમાં રહેવા આવી જવાનાં છીએ.' કેતકીએ ભાવનાને કોણીનો ગોદો મારતાં કહ્યું.

'એનીય અમને ખબર છે, એટલે તો આ વસ્તુ વહેલું રાખ્યું છે. નવનીતભાઈ કહે હું તો તમારે ત્યાં ત્રણ મહિના રહ્યો પણ કેતકી તો મોટા ગામનાં છે એટલે તમારા જૂના મકાનમાં એ નહીં સમાય.' ભાવનાએ કહ્યું.

'એ પહેલી વખત આવ્યા ત્યારે મને સાથે લેતા આવ્યા હોત તો શું થયું હોત?'

'તો કદાચ મહાભારતને બદલે રામાયણ રચાયું હોત. પણ વાંધો નહીં, હવે બધું બરાબર થઈ ગયું છે.' રમેશે કહ્યું ને બધા આગેવાનોની વચમાં બેઠેલા અંબુભાઈ સામે ઈશારો કર્યો.

પછી રમેશ અને મનહર સજોડે વાસ્તુની પૂજામાં બેઠા અને કેતકી એનાં દેરાણી અને જેઠાણીની સાથે જઈને બેઠી ને ગામ આખાની સ્ત્રીઓ એની ફરતે ખસી આવી. કેતકીનો સ્વભાવ એવો મળતાવડો હતો એટલે ગામની મોટા ભાગની સ્ત્રીઓ જાણે તેની બેનપણીઓ બની ગઈ હતી.

વિધિમાં નારિયેળ હોમવાને વખતે રમેશ અને મનહરના દીકરા ને વહુઓ પણ વિધિમાં જોડાયાં. રમેશ અને મનહરે નવનીત અને કેતકીને પણ એમાં સામેલ કરવા ઘણું કર્યું પણ નવનીતે મચક ન આપી. એણે કહ્યુંઃ 'એ બરાબર નથી. આજે અમે તમારી સાથે બેસીએ તો કાલે અમારે તમને અમારા વાસ્તુમાં બેસાડવા પડે. એના કરતાં તમારા મકાનનાં વાસ્તુ તમે કરો અને અમારા મકાનના વાસ્તુમાં અમે ત્રણ ભાઈઓ અને એમનો પરિવાર બેસે એ વધારે યોગ્ય ગણાય.'

એનો આશય કદાચ એવો પણ હોય કે એ મકાનો સાથે એને કશી લેવાદેવા છે એવું એ કોઈને જણાવવા દેવા માગતો ન હોય. રમેશ અને મનહર

એની દાનત સમજી ગયા એટલે તો એમણે એને વધારે આગ્રહ ન કર્યો ને!

નારિયેળ હોમાયા પછી બધાં યુગલો વડીલોને પગે લાગવા નીકળ્યાં ત્યારે રમેશે નવનીતની પાસે આવતાં ધીમેથી કહ્યું: 'ઘણે વખતે લાગમાં આવ્યો છું તે તનેય આજે પગે લાગી લઈએ એટલે તારું દેવું ચુકવાઈ જાય.'

'જો એમ કર્યું છે તો પછી સંબંધ નહીં રહે.' કહેતાં નવનીતે બેય દોસ્તોને બાથમાં લીધા. રમેશ અને મનહરની આંખો ભરાઈ આવી. ભાવના અને કલ્પનાએ તો આંખ આડે પાલવ દાબી રડવું ખાળવા લાખ પ્રયત્ન કર્યા તોય રડવું ન રોકી શક્યાં.

કેતકીએ વાતાવરણ હળવું કરતાં કહ્યું: 'એમાં રડવા શું બેઠાં? તમને એમ લાગતું હશે તો અમે મોટાભાઈને ત્યાં રહીશું. ને તમે નિરાંતે તમારાં નવાં મકાનમાં રહેજો.'

'જેનાં ઘર હોય એ એમાં રહે એ જ શોભે. તમે દેશમાં આવ્યાં ત્યારથી જ અમે તો સમજી ગયાં છીએ કે બૅંકની જપ્તી આવવાની જ છે.' કલ્પનાએ મોઘમ કહ્યું ને ગામની સ્ત્રીઓ પણ હસતાં એમાં જોડાઈ.

પછી ત્રણેય દોસ્તોએ આગ્રહ કરીને ગામલોકોને જમાડ્યા. એક દીકરીના લગનમાંય ન કરે એટલો ખર્ચ એમણે વાસ્તુમાં કર્યો. આખા અવસરના ખર્ચાની નોટોની થોકડીઓ કોના ખિસ્સામાંથી આવી હતી એની ખબર આ ત્રણ દોસ્તો સિવાય બીજા કોઈને ન હતી. હા, ગામના નાના છોકરાને પૂછો તોય જવાબ મળે કે નવનીતદાદાએ વાસ્તુ કર્યું.

તો આ બાજુ અંબુભાઈ પણ પાંચસાત પિતરાઈઓ વચ્ચે બેસીને નવનીતની વાતો કરતા હતા: 'ભઈ, એને ઉપરવાળો હજાર હાથે આપે છે. એ તો કહે છે કે બે હાથે વાપરી વાપરીને હું કેટલુંક વાપરવાનો હતો? એની પાસે વિલાયતમાં પાંત્રીસ દુકાનો ને પંદર મકાનો છે. તમે કહો કે આપણાં ફરતાં પંદર ગમોમાં કોઈ આટલો ધંધો હંભાળી શકે એવો કોઈ છે.

ને એની પાસે પૈસા છે એવું એનું દિલ પણ છે. અમારી જ વાત લ્યો ને. અમારાથી એની સાથે સંબંધ ના જળવાયો તોય અમને આગળ કરીને ચાલે છે. આવું થયા પછી અમને તો શરમથી બૂડી મરવા જેવું લાગતું હતું પણ એ બેય જણાંનો સભાવ એવો હારો તે ઊલટાં આપણને પગે પડે. ગમે એમ તોય એને હજુ ભાઈઓ ઉપર હેત ખરું.'

'એ તો ખરી જ વાત છે ને. આટલા બધા પૈસા હોય તો કોઈ બીજું હોય તો એને તો બોચિયે આંખો હોય. એને વળી ભાઈ કેવો ને ગામ કેવું? એ તો કહેશે અમારે ક્યાં અહીં રહેવું છે? જેને રહેવું હોય એ સોઈ કરાવે.' બીજાએ કહ્યું.

'અરે, ભાઈની વાત તો સમજ્યા પણ એમણે તો રમેશ અને મનહરનેય કાયમની નિરાંત કરી આપી ને.'

'એય જુગતું છે. અમારે ઘેરથી જાકારો મલ્યો ત્યારે એ બે જણાએ જ એને આશરો આપેલો ને! એમનેય નવનીતે મહિના સુધી તો અંધારામાં જ રાખેલા. એમને માટે તો એ જેટલું કરે એટલું ઓછું છે. આવતે વરસે એ અમારાં ચારેય ઘેરથી એકએક છોકરાને વિલાયત લઈ જવાની વેતરણ કરે છે. એ કહે છે આવડા મોટા ધંધામાં આટલાં બધાં માણસો પોસાય છે તો મારાં ઘરનાં ચાર છોકરાં નહીં પોસાય?'

'પણ મોટા, એક વાત મેં જોઈ. આટલા બધા પૈસા છે ને કેતકીભાભી ને છોકરાં તો કહે છે કે પહેલી વખત દેશમાં આવ્યાં છે તોય આખા ગામનાં લોકની સાથે કેવાં ભળી ગયાં છે? કોઈનામાં લગારેય અભિમાન જોયું?'

'કાલ્યે નવનીતનાં સાસુ-સસરા આવવાનાં છે. એમણે જ આફ્રિકામાં નવનીતનો હાથ પકડ્યો હતો. પછી એનામાં ખમીર જોઈને નાના ને મોટા ગામની વાત પડતી મૂકીને એને પોતાની દીકરી પરણાવી. આજે નવનીત એમના કરતાંય આગળ નીકળી ગયો છે.'

'નસીબની વાત છે. કહે છે કે એ આફ્રિકાના બારામાં પેઠો ત્યારે એની પાસે વીસ શિલિંગ હતા. અને તેય સ્ટીમરના રસોડામાં વાસણ ઘસવાની મજૂરી કરેલી એના પગારના રોજના રૂપિયા બે લેખે મળેલા એ. આજે કહે છે એની પાસે કરોડો છે. આ અહીં દેશમાં જ પચ્ચીસથી ત્રીસ લાખ વાપરવાનો છે એવું કહેતો હતો.'

'ખાધેલું તો લોકો કાલે હવારે ભૂલી જશે પણ ગામમાં જે સગવડો એ કરશે એને લીધે તો ગામ રહેશે ત્યાં સુધી લોકો નવનીતને ને તમારા આખા ઘરને યાદ કર્યા કરશે. અંબુ પૈસો સારા કામમાં વપરાય એ ઊગી નીકળે છે.' લખાકાકાએ બ્રહ્મવાક્ય ઉચ્ચાર્યું.

આ દરમિયાન સુસ્મિત એની ટીમના કેટલાક બાળકો સાથે આવીને ઊભો રહી ગયો હતો. એને નવનીતદાદા સાથે વાત કરવી હતી અને પોતાની ટીમને કોઈ કામ સોંપવાનું કહેવું હતું. નવનીતની નજર એના પર પડી ને એ બધાને મળવા સામે ગયો. અલ્યા આપણી ટીમને તો હું ભૂલી જ ગયો આવ સુસ્મિત કેપ્ટન. ને કેમ છો બધા? જુઓ આપણી ટીમવાળાએ પાણી પીરસવાની જવાબદારી ઉપાડવાની છે અને તેય વટ પડી જાય એવી રીતે. કાલે સવારના આખી ટીમ અહીં હાજર થઈ જવી જોઈએ. રમેશદાદા એક દરજીને બોલાવી રાખશે. બધાનાં માપ લઈને બેબે જોડી લેંઘા ઝભ્ભા સીવડાવવાના છે. આપણી ટીમનો વટ પડવો જોઈએ.'

આવી મીઠી મધ જેવી વાત સાંભળતાં આખી ટીમ આનંદમાં આવી

ગઈ. બીજે દિવસે બધાનાં માપ લેવાઈ ગયાં ને એક અઠવાડિયામાં તો બધાના યુનિફોર્મ તૈયાર પણ થઈ ગયા. ને બીજા જ દિવસથી બધા નવા યુનિફોર્મ પહેરીને હૈડાફૈડ કરવા માંડ્યા.

પછી તો ગામમાં અવસરની જાણે હેલી ચઢી. નવનીત એના પરિવાર સાથે ગામમાં રહેવા આવી ગયો. એણે વિદ્યાનગરથી એક રસોયાને મહિના માટે બોલાવી લીધો ને એની મદદમાં બે માણસોની વ્યવસ્થા રમેશે કરી આપી. ને નવનીતે જાહેર કર્યું કે એમની આખી ખડકી, રમેશ અને મનહરનાં ઘર અને જે સ્ત્રીપુરુષોને કામ સોંપાય એ બધાંને ને અમારી ક્રિકેટ ટીમને બે મહિના સુધી એ રસોડે જમવાનું છે.

'તું ગામમાં કોને ના કહીશ? ગામનાં બધાંય તારા અવસરમાં કામે લાગી જવાનાં છે. તને અંદાજ છે કેટલાં માણસો રોજ જમાડવાનાં થશે એનો?'

'કેટલાં થશે? બસો, અઢીસો, ત્રણસો? કેટલાં થશે?'

'શરૂમાં બસો થશે પણ જેમ જેમ અવસર ઉજવાતા જશે તેમ તેમ વધીને છેવટે તો ત્રણસોથીય ઉપર કદાચ ચારસો થઈ જાય તોય નવાઈ નહીં.'

'એમ થાય તો પછી એક બીજા રસોયાને બોલાવી લઈશું ને બે બીજાં માણસો એમની મદદમાં મૂકી દઈશું. બે છોકરાઓને રોજેરોજ તાજાં શાકભાજી લાવવાનું સોંપી દઈશું ને એમને એક રિક્ષા કરી આપીશું એટલે વ્યવસ્થા ચાલ્યા કરશે. આમેય મારી ગણતરી પ્રમાણે તો દસેક ટંકો આપણી બધી ખડકીઓને જમાડવાની તો છે જ. તો પછી આ ઘરના લોકો થોડા વધારે દિવસ જમશે. તમે તમારે વ્યવસ્થા ગોઠવી કાઢો. રોજેરોજ જુદું જમવાનું થવું જોઈએ. આપણી ખડકીનાં એકબે શોખીન બૈરાંને વાનગીઓ નકકી કરવાનું કામ સોંપી દેવાનું.'

૧૬. સ્વાતિના વિવાહ

વિદ્યાનગરના મકાનનું વાસ્તુ કરતા પહેલાં સ્વાતિના ચાંલ્લા માંટલીની વિધિ કરવાની હતી. નવનીતે બધું મોટાભાઈ અને ભાભી પર છોડી દીધું હતું ને એમણે પણ હસતે મોંએ બધી જવાબદારી સ્વીકારી લીધી હતી. એમને નવનીતની જાહોજલાલીનો અહેસાસ થઈ ગયો હતો એટલે એ લોકો ક્યારેય ખર્ચ વધારે થશે એવી વાત વિચારતાં કે ઉચ્ચારતાં ન હતાં.

'ચાંલ્લા માંટલીની તેં કેવી વ્યવસ્થા વિચારી છે એ કહું એટલે એમાં કોઈ રહી જતું હોય તો હું કહું ને!' અંબુભાઈએ કહ્યું.

'મેં તો એટલું જ વિચાર્યું છે કે આપણે આપણાં ચારેય ઘરનાં બધાં અને સગાંમાંથી અને ગામમાંથી તમે કહો એટલાં માણસો લઈને મુંબઈ ચાંલ્લા માંટલીમાં જવાનું છે. એક બસમાં બધાં ન સમાય તો બીજી એક મીની બસ કરી લઈશું. હવે આગળનું તમારે ને દીનુએ વિચારવાનું છે.'

'એક બસનું માણસ તો આપણાં ચાર ઘરનું જ થઈ જાય. ને બીજાં નહીં નહીં તોય પચીસેક માણસો તો થાય જ.'

'તમે ગણતરી કરીને કહો એટલે હું અ પ્રમાણે બસની વ્યવસ્થા કરી દઉં. બહારગામનાં સગાંને તો માણસ મોકલીને કહેવડાવવું પડશે. એમને બધાંને આગલે દિવસે સવારથી જ બોલાવી લેવાં પડશે. આખો દિવસ ધામધૂમ ચાલશે ને સાંજે વાડીએ ગરબા રાખીશું. એમને એમ ન લાગવું જોઈએ કે એ લોકો અવસર મહાલવામાંથી રહી ગયાં.

'આપણી પાસે વધારે દા'ડા નથી એટલે માંટલી અને કપડાં-સાડીનું તો બૈરાંને સોંપી દઈશું. એમને જેમ ઠીક લાગે એમ લઈ આવશે. તમે કેટલાં માણસો થશે એનો ચોકકસ આંકડો નકકી કરીને કહો અને સગાંને લખવાના કાગળ તૈયાર કરો એટલે આપણા ઘરના છોકરાઓને જ એ પહોંચાડવા મોકલી દઈએ.'

◆

પછી તો કામને જાણે પાંખો આવી. એક પછી એક કામ ઝડપથી ઉકેલાવા માંડ્યાં. નકકી કરેલે દિવસે બે કાર, એક બસ અને એક મીની બસના રસાલા સાથે બધાં મુંબઈ વેવાઈને ત્યાં ઊપડ્યાં.

વેવાઈને ત્યાં નવનીતે ફોન કરીને ચાંલ્લામાં કેટલાં માણસો આવવાનાં

છે અને લગભગ કેટલા વાગ્યે બધાં મુંબઈ પહોંચવાની ગણતરી છે એ વાત પાકી કરી લીધી હતી. વેવાઈ પહોંચતા અસામી હતા એટલે એમને બધાંની વ્યવસ્થા કરવામાં કશી અગવડ પડે તેમ ન હતી. એમણે સામેની જ એમ્પરર હોટેલમાં બધાંને માટે ત્રીસ રૂમની જગ્યા રાખી લીધી હતી અને જરૂર પડે તો બીજી દસ રૂમો મેનેજરે એમને માટે અલાયદી રાખી મૂકી હતી.

બધાં આખી રાતના ઉજાગરા ને લાંબી મુસાફરીથી થાકેલાં હતાં એટલે બધાંને રૂમમાં જ ચા-નાસ્તો આપવામાં આવ્યો. કેટલાકને આવડી મોટી અને ભભકાદાર હોટેલ જોવાનો આ પહેલો મોકો હતો. તો કેટલાકને તો મુંબઈ જ પહેલી વખત જોવા મળ્યું હતું. એ બધા તો હોટેલની વિશાળતા, એમાંની સગવડ અને રૂમ સર્વિસ આપતા રજવાડી પહેરવેશવાળા અનુચરોથી અંજાઈ ગયા હતા. એમને થતું હતું કે વેવાઈએ આટલી સારી વ્યવસ્થા અહીં કેમની ગોઠવી હશે!

બાર વાગ્યે હળવા લંચની વ્યવસ્થા હતી. વેવાઈએ કહેવરાવ્યું હતું કે બધાંને માટે હોટેલના ડાયનિંગ રૂમમાં લંચની વ્યવસ્થા કરવામાં આવી હતી. કેટલાક આ સાંભળી વિચારમાં પડી ગયા હતા કે આટલાં બધાં માણસોને જમાડવા બેસાડાય એવડો મોટો રૂમ હોટેલમાં હશે? તો કેટલાક જાણકાર કહેતા હતા કે આવી હોટેલોમાં તો આવી પાર્ટીઓ કાયમ થતી હોય છે એટલે આવડા મોટા રૂમ બનાવેલા હોય છે અને સજાવેલા પણ હોય છે.

બપોરે લંચ વખતે નવનીત અને રમેશે દરેકને એમને અનુકૂળ આવે તેવા માણસોની સાથે ટેબલ પર ગોઠવણી કરી આપી અને દરેકને સૂચના આપી કે સાંજે પણ બધાએ પોતાની આ જ જગ્યાએ બેસવાનું હતું. હોલમાં સામેની બાજુનાં ટેબલો વરપક્ષના મહેમાનો માટેનાં હતાં એ વાત પણ એમણે બધાંને સમજાવી દીધી.

બધા ડાઈનિંગ રૂમની સજાવટ જોઈને દંગ થઈ ગયા. બપોરની હાજરી પણ આવી જાતજાતની વાનગીઓથી ભરપુર હોઈ શકે એ અનુભવ પણ કેટલાકને માટે નવો હતો.

બપોરે થોડા વિરામ પછી ચાંલ્લા-માંટલીની વિધિ રાખવામાં આવી હતી. આ વિધિ વેવાઈને ત્યાં જ રાખવામાં આવી હતી. વેવાઈનું ઘર સામે જ હતું એટલે બધા ચાલતા જ વેવાઈને ત્યાં પહોંચ્યા. આગળ માંટલી લઈને વાળંદ, એની પાછળ સજાવેલી છાબો લઈને ઘરની કન્યાઓ અને પાછળ સ્ત્રીઓ ને છેલ્લે પુરુષો. બધામાં કેતકીની જ દોરવણી. આવો બધો ભભકો ગામના લોકોથી અજાણ્યો હતો પણ એમનેય લાગ્યું કે આવાં ધનિક કુટુંબોમાં આવો ભભકો સામાન્ય જ હશે.

આ શણગારેલી છાબો લાલલીલા રેશમી કાપડથી ઢાંકેલી હતી. આ છાબોમાં કોઈમાં કાજુ-બદામ તો કોઈમાં મીઠાઈ તો કોઈમાં ખારેક-કોપરાં તો કોઈમાં પતાસાં ને સાકરિયા હતા. ગામના લોકોને આ બધું નવું હતું પણ એક

સમણાં ૧૨૧

ખાસ વિવાહની વિધિમાં સહભાગી બન્યાનો એમને સંતોષ હતો.

વિવાહની વિધિ બધી અંબુભાઈને હાથે કરાવી. અંબુભાઈએ ઘણુંય કહેવા કર્યું કે એ બધી વિધિ નવનીતને હાથે થવી જોઈએ પણ નવનીત કહે કે ઘરમાં તમારા જેવા મોટાભાઈ બેઠા હોય ત્યાં સુધી તમારે હાથે જ બધી વિધિ થવી જોઈએ. ને ગામના બેચાર આગેવાનોએ એમાં ટેકો પુરાવ્યો. પછી અંબુભાઈનું શું ચાલે?

વિધિ પત્યા પછી વેવાઈએ બધાંની પહેલાં નાસ્તો અને પછી આઈસ્ક્રીમથી ખાતરબરદાસ્ત કરી. ને સાંજનું જમણ તો બાકી હતું જ. બધાંને રાત હોટેલમાં રોકાઈને વહેલી સવારે પરત રવાના થવાનું હતું.

સાંજના જમણમાં તો વેવાઈએ હદ કરી દીધી હોય એમ બધાંને લાગ્યું. આખો ડાયનિંગ રૂમ ફૂલો અને રંગબેરંગી લાઈટોથી શણગાર્યો હતો. એક તરફ રજવાડી પોશાકમાં પિરસવાવાળા બધાને અવનવી વાનગીઓ સર્વ કરતા હતા તો બીજી તરફ એક મ્યુઝિક પાર્ટી સંગીત રેલાવી રહી હતી. વેવાઈના તરફના મહેમાનોમાં એમના વેપારી સંબંધોવાળા શેઠિયાઓ જુદા તરી આવતા હતા.

ગામના લોકોને થતું હતું કે નવનીતે પોતાની દીકરી માટે પોતાને લાયક ઠેકાણું શોધ્યું હતું. એમણે સંદીપને જોયો ને જાણ્યું કે એ ડૉક્ટર થયેલો છે ત્યારે એમને આશ્ચર્ય થયું કે નવનીતને વિલાયત બેઠે આવી ભાળ કેમની મળી હશે અને એણે આ બધું કેવી રીતે ગોઠવ્યું હશે! તો કોઈ કહેતું હતું: 'ભાઈ, આટલા બધા પૈસા હોય એને બેચાર આંટા દેશના મારવા પડે તોય કયાં વાંધો આવે? ને એના આ બે ભાઈબંધોએય છેલ્લા બે મહિનામાં નહીં નહીં તોય મુંબઈનાં ચકકર ચાર પાંચ વખત માર્યાં હશે.'

◆

બધાં મુબઈનો અવસર પતાવીને ગામના, ઘરઆંગણના સમારંભના કામમાં ડૂબી ગયાં. બધા અવસર નવનીતે ધાર્યા કરતાંય સારી રીતે ઉજવાઈ ગયા. જાન લઈને આવેલા વેવાઈને પણ કહેવું પડ્યું કે ગામના લોકોએ ઉત્સાહ અને ખંતથી ઘણી સારી વ્યવસ્થા ગોઠવી હતી.

કેતકી, પરિમલ અને રીવાનેય અવસર પત્યે સંતોષ થઈ ગયો. તેમને થયું કે લંડનમાં આ વિધિ કરી હોત તો ભભકો જરૂર થાત પણ અહીં પોતાનાં સગાં, પિતરાઈઓ અને કુટુંબનાં માણસોને કારણે અવસર જેવા શોભ્યા એવા તો ન જ શોભ્યા હોત. એમને સૌથી વધારે આનંદ તો બન્ને ભાઈઓ અને સમગ્ર ગામના સહકારથી થયો. બધાંએ અવસરને પોતાના જ ગણીને ઉત્સાહથી સાથ અને સહકાર આપ્યાં હતાં.

બે મહિના કયાંય વીતી ગયા એની જાણે કોઈને આ ઉત્સાહમાં ખબર પણ ન પડી. આ દરમિયાન નવનીતે ગામમાં કરવાનાં કામોની જાહેરાત કરી દીધી હતી. એણે એ માટે શરૂમાં પાંચલાખ રૂપિયા જુદા કાઢી એને આણંદની

બૅંકમાં ખાતું ખોલાવી એમાં જમા પણ કરાવી દીધા હતા.

આ બધાં કામોની દેખરેખની જવાબદારી દીનુ, રમેશ, મનહર અને મોટાભાઈના દીકરા જનકને સોંપી હતી. ગામમાંથી લખાકાકાનું નામ એમાં સામેલ કરવા એણે ઘણું કર્યું પણ લખાકાકાએ ઉંમર અને દૂર અમદાવાદમાં રહેવાનું બહાનું આગળ કર્યું એટલે એમને બદલે નવનીતે મૂળજીકાકાનું નામ મૂકી કુલ પાંચ માણસોની આ સમિતિ સંપૂર્ણ કરી હતી.

નવનીતે અંબુભાઈને નામે વારિગૃહ, બાલમંદિર અને મહિલા મંડળ બનાવવા માટેના પ્લાન બનાવવા આપી દીધા. એણે જ્યારે આ જાહેરાત કરી ત્યારે મોટાભાઈ ને ભાભી ગળગળાં થઈ ગયાં. એમણે કહ્યુંઃ 'આજે અમે તારાં કરજદાર થઈ ગયાં. અમે ભલે તને આવકાર ન આપી શક્યાં પણ તેં બાપની આબરૂ વધારી અને ઘરને ને અમનેય રૂડાં દેખાડ્યાં.'

'મોટાભાઈ, હવે એ બધું ભૂલી જવાનું. એમાં તમારી ભૂલ ન હતી. મારી જ એમાં ભૂલ હતી. હવે આપણી પાસે પૈસાય છે અને આપણે બાપદાદાની આબરૂ વધારી શકીએ એવી તક પણ છે. ને છોકરાંય આબરૂ વધારે એવાં છે.'

'તોય મારાથી એ ભુલાતું નથી. તું તો મોટું દિલ કરી બધું ભૂલી ગયો છું પણ — અમને જ એવી કમત સૂઝેલી એટલે શું થાય?'

'એમાં કમત ક્યા આવી? મારી જ ભૂલ હતી કે હું પૈસા કમાવાની ધૂનમાં આપણા ઘરને ને ભાઈઓને ભૂલી ગયો હતો. એને કારણે તમારે બેયને આટલી અગવડ વેઠવી પડી ને! જો મેં પહેલેથી ધ્યાન રાખ્યું હોત તો અત્યારે આપણા ઘરનો લોકો દાખલો આપતા હોત.'

'દાખલો તો અત્યારેય આપે છે. બધા કહે છે કે આટલા બધા પૈસા છે તોય તારા ઘરનાં બધાંના સ્વભાવ એવા સારા છે કે આવા સાવ અજાણ્યા ગામમાં આવીનેય એ લોકો બધાની સાથે એવા તો ભળી ગયાં છે કે જાણે બધાને વરસોથી ઓળખતાં ન હોય!'

'એમને ગામના લોકો તરફથીય એવો જ ભાવ મળે છે એટલે એમનેય કશું અજાણ્યું લાગતું નથી. એમને અહીં આવતાં મન પાછું પડતું હતું. એમને મનમાં એમ હતું કે કોઈને ઓળખતાં નથી તો એમને ત્યાં કેમ જવાશે કે કેમ રહેવાશે. હવે તો તમારો બધાનો આવો ભાવ જોયો છે એટલે આવતે વરસે એ લોકો સામેથી તમારા ગામમાં આવવાના દા'ડા ગણશે.'

૧૭. નાનાની સાથે નાના

બધામાંથી પરવારીને ત્રણેય દોસ્તો પાટડીવાળાં મકાનોના બાગમાં ખુરચીઓ નાંખી ગપાટાં મારતા બેઠા હતા ત્યાં સુસ્મિત આખી સુભાષ ટીમ લઈને આવી પહોંચ્યોઃ દાદા તમે કાલે પાછા જવાના?' એણે ઢીલું મોં કરીને પૂછ્યું.

'જવું પડશે. પણ છ મહિનામાં તો હું પાછો આવી જઈશ. તમે બધા ટબુરિયા મને ઘણા યાદ આવશો. પણ આપણી ટીમે બધા અવસરમાં વટ પાડી દીધો. આપણે બોલ બેટનો બીજો સેટ લઈ આવવાનો છે, લે આ બસો રૂપિયા. આ વખતે તો આપણે બધા કામમાં હતા એટલે તમારી સાથે રમવા ન અવાયું પણ આવતી વખતે તો મારે તમારી સાથે ક્રિકેટ રમવા આવવું જ પડશે.'

'તે દાદા, તમે કહેતા હતા તેમ તમે નાના હતા ત્યારે ગામમાં તમારી એકલાની જ ટીમ હતી કે બીજી ટીમો હતી?' એક છોકરાએ ઈંતેજારી બતાવી એટલે બધા વળગી પડ્યાઃ 'દાદા, તમારી ટીમની વાત કરો ને.'

'તમે બધા અંદરથી શેતરંજીઓ લઈ આવો ને બરાબર બેસો એટલે હું તમને મઝા પડે એવી એક વાત કરીશ અમારી મેચની.' નવનીતે કહ્યું ત્યાં તો ટીમ એની સામે ગોઠવાઈ ગઈ. બાકી હોય તેમ ગામના આઠદસ વડીલો પણ નવનીતને મળવા આવી પહોંચ્યા. ને વગર કહ્યે એય મંડળીમાં સામેલ થઈ ગયા. રમેશ અને મનહરે બેય ઘરમાં હતી એટલી ખુરસીઓ કાઢીને બહાર મૂકી દીધી. એમને ખબર હતી જ કે આજે આખું ગામ નવનીતને મળવા આવવાનું હતું.

બધા ગોઠવાયા એટલે નવનીતે શરૂ કર્યુંઃ 'જો ભાઈ સુસ્મિત, અમે નાના હતા ત્યારે, નાના એટલે બહુ નાના નહીં હોં કે, ત્યારે આપણા ગામની ધૂડિયા નિશાળે જતા હતા. નિશાળેથી ઘેર આવતાંની સાથે જ આખા દિવસનું ભણતર અને દફતર ઘેર ફેંકીને સીધા ક્રિકેટ રમવા દોડી જતા.

'બાપા તો એ વખતે ઘેર હોય નહીં પણ બા તો હોય ને! એ અમારી પાછળ રાડો નાંખતાં ને રાજિયો ગાતાં અમને રોકવા મથે. છેવટે એક મર્મભેદી તીર પણ ફેંકેઃ 'સાંજે તારા બાપા આવે એટલે તારી વાત છે.' છેવટે અમારી પાછળ છૂટું ધોકેણુંય ફેંકે પણ અમને એની કશી અસર ન થાય. અમે તો યાહોમ કરીને દોડી જ જઈએ. તમેય એવું જ કરતા હશો.

'સાંજે અંધારું થાય એ પહેલાં બધાનો એકએક દાવ પતી જાય એ ગણતરીએ મોડામાં મોડા સાડા પાંચ વાગ્યે બધાએ ગ્રાઉન્ડ પર હાજર થઈ જવું

એવો અમે રૂલ કરેલો પણ બધાને ત્યા સરખી છૂટ ન હોય ને! બધા ભેગા થઈ જાય એટલે અમે ચરામાં જ્યાં અત્યારે તમે રમો છો એ ગ્રાઉન્ડ પર બોલ, બેટ અને સ્ટંપ્લાં લઈને પહોંચી જતા.

'એ વખતે અમારો આ સામાન તમારા આ રામાદાદાના ડેલામાં મૂકવાની ગોઠવણ અમારે દસ વિરૂધ્ધ એક મતથી કરવી પડેલી. એમના ડેલામાં જ્ગ્યા તો ઘણી હતી પણ એ મફત સામાન મૂકવા દેવા તૈયાર ન હતા. એ એમના બપાનું બહાનું કાઢતા હતા. છેવટે અમારે એમની વાત માનવી પડેલી.

એમને રોજ પ્રેકટીસમાં બે દાવ લેવા દેવાની શરતે અમે એમને મનાવેલા. તમે બધા સમજી ગયા હશો કે અમારા દસની વિરૂધ્ધ એક મત કોનો હશે! પણ એ બહુ સારો હિટલર (હીટર) ન હતો એમ માનીને અમે મન મનાવેલું. અમને તે વખતે હીટર શબ્દ જરા અજાણ્યો પડતો હતો ને હિટલર અમારા સમયમાં બહુ ગાજતું નામ હતું એટલે સારા ફટકાબાજને અમે હિટલર કહેતા. તમે શું કહો છો?'

'અમેય પહેલાં હિટલર જ કહેતા હતા પણ હવે હીટર કહીએ છીએ.' એક છોકરાએ કહ્યું.

'તમે અત્યારે જે ગ્રાઉન્ડ પર રમો છો એ અમે બનાવેલું. એ અમારે માટે તો એક કિંમતી ઘરેણા જેવું હતું. અમે બધાએ તનતોડ મહેનત કરીને, બાવળનાં કેટલાંય બાંટવાં ખોદી કાઢીને, કાંટા વીણીને, પાવડાથી સરખું કરીને એને રમવા લાયક (અમારા મત મુજબ) બનાવ્યું હતું.

કોઈ બીજી ટીમને અમારા ગ્રાઉન્ડ પર મેચ રાખવી હોય તો અમારી પરમિશન લેવી પડે એટલો અમે એના પર હક જમાવ્યો હતો. જો કે ગામમાં ટીમો ઓછી હતી ને ચરામાં જ્ગ્યા ઘણી હતી એટલે બધી ટીમોએ પોત પોતાનાં જુદાં ગ્રાઉન્ડ બનાવ્યાં હતાં.'

'તે દાદા, તે વખતે ગામમાં કેટલી ટીમો હતી?'

'ત્રણ. એક તો આ ધનજીદાદાની પટેલ ટીમ હતી, બીજી અમારી જવાહર ટીમ ને ત્રીજી રાઘવદાદાની હનુમાન ટીમ હતી પણ એ ટીમ અંચું બોલવામાં નંબર એક હતી એટલે અમે એનું નામ અંચે પોરે હાપોરે પાડેલું. અહ્યા કોઈ એમાંનો હાજર તો નથી ને?'

એમની છાપ એવી કે કોઈ ટીમ એમની સામે મેચ ગોઠવવા તૈયાર જ ન થાય. પણ એક વખત એ અમને કરગરી પડ્યા, કહે કે ગમે તેમ કરો પણ અમારી સામે મેચ ગોઠવો એટલે, ભાઈ, અમે એમની સામે મેચ ગોઠવેલી.'

'તે ભાઈ અમે એમની સામે મેચ ગોઠવી. પણ અમને એમના પર પહેલેથી જ શંકા હતી એટલે મેચ શરૂ કરતાં પહેલાં અમે બેય ટીમોના કેપ્ટનોએ ભેગા થઈને ત્રણ મુદ્દાની સામસામે કબુલાત કરેલી.

સમણાં ૧૨૫

૧. કોઈ અંચું નહીં બોલે.

૨. કોઈ જીભાજોડી કે મારામારી નહીં કરે.

૩. અમારી ને એમની ટીમની બહારનો જ અંપાયર રાખવામાં આવશે અને એ જે ચુકાદો આપે તે બધાએ સ્વીકારવો પડશે. વગેરે... વગેરે.

પણ અમને ને એમને બેયને ખબર હતી જ કે એનો કશો અર્થ ન હતો.

'એ ટીમ રમવામાં બહુ કાબેલ ન હતી પણ પણ લડવામાં એમને કોઈ પહોંચી શકે તેમ ન હતું. જો વાત મારામારી પર આવી જાય તો એ અમારી આખી ટીમને મારીમારીને બાવળીનાં ઝૈડાંમાં ધકેલી દે એટલા પાવરફુલ હતા. એટલે અમે આ બધી કબુલાત છતાં મેચ શરૂ કરતાં પહેલાં એક ખાસ પ્રકારની સોગંધવિધિ કરી હતી ને એમાં બેય ટીમના કેપ્ટનોએ ભગવાનની જૂની ચોટલી ને નવી ચોટલી સુધીના સમ પણ ખાધા હતા.

'અમને ચોક્કસ ખાતરી છે કે અત્યારે વિધાનસભામાં અને લોકસભામાં હોદ્દા આપતી વખતે જે શપથવિધિ કરવામાં આવે છે એની પ્રેરણા એ લોકોએ અમારી આ સોગંધવિધિમાંથી જ લીધી હશે. અમારી જેમ એટલે જ એ લોકો શપથવિધિ કરતાં મનમાં બબડતા જ હશે કે આ શપથવિધિ પતી જાય એટલે તમેય છૂટા ને અમેય છૂટા. સામેની ટીમના કેપ્ટનનો તો એ મુદ્રાલેખ હતો. ને નસીબ સંજોગે એ અત્યારે વિધાનસભામાં છેય ખરો. ગમે તેમ પણ અમે ભગવાનની જૂની ચોટલી ને નવી ચોટલીના સોગંધ ખાઈને મેચ શરૂ કરી.

'ટોસ ઉછાળવામાં આવ્યો અને ટોસ જીતી અમે પહેલાં ફીલ્ડીંગ કરવાનું પસંદ કર્યું. પણ પહેલો બોલ નંખાય એ પહેલાં જ વાંધો પડ્યો. અમારો કાયમનો નિયમ હતો કે જેની બોલિંગ હોય એનો જ બોલ વાપરવાનો. હવે અમે બોલિંગ કરવા જે બોલ કાઢ્યો એ પ્રેક્ટીસ બોલ હતો. સામેવાળી ટીમે ત્યાં જ વાંધો ઉઠાવ્યોઃ મેચમાં તો મચીસ બોલ જ જોઈએ.

'વાંધો અમારે પક્ષે હતો. અમે સામે દલીલ કરી કે સમેની ટીમમાં ધનજી જેવો હિટલર છે એટલે એ બોલના ધાગા કાઢી નાખે. અમારે મેચીસ બોલ વાપરવાનો મોંઘો પડે. અમે કહ્યુંઃ તમારે પ્રેક્ટીસ બોલ વાપરવો હોય તો અમને વાંધો નથી. છેવટે અમારી વાત એમણે મંજૂર રાખી. પણ એમની પાસે પ્રક્ટીસ બોલ ન હતો એટલે એમને તો મેચીસ બોલ જ વાપરવો પડવાનો હતો. પણ ધનજી બોલ્યા વગર ન રહ્યોઃ કેમ અત્યારથી જ ફાટી ને! પણ અમે એના બોલવા પર બહુ ધ્યાન ન આપ્યું. ને અમારી એ ઐતિહાસિક મેચ શરૂ થઈ.

'શરૂમાં તો કશો વાંધો ન આવ્યો. એમની ચાર વિકેટ પડી ગઈ અને સ્કોર વીસ જ રન થયો હતો. હવે સારા રમનારમાં તો ધનજી જ ટકી રહેલો હતો. અમને લાગવા માંડ્યું હતું કે એ લોકો ત્રીસથી પાંત્રીસ રનમાં ખખડી જશે.

૧૨૬ સમણાં

અમારા જીતવાના ચાન્સ વધી ગયા હતા. એવામાં ધનજીએ એક ફટકો માર્યો ને બોલ બાવળનાં ઝૈડાંમાં પેસી ગયો. અમ્પાયરે તો ટુ ડીક્લેર કરી દીધા પણ બોલ પાછો આવે ત્યાં સુધીમાં એ લોકો ત્રણ રન દોડી ગયા હતા. બધા કહે કે એ ટુ ડીક્લેર જ ગણાય પણ ધનજી કહે કે અમે ત્રણ રન લીધા એટલે ત્રણ જ ગણાય.

'તમે શું ગણો છો?'

'ટુ ડીકલેર થઈ જાય પછી વધારાનો રન મળે જ નહીં.' અડધી ટીમ એકી અવાજમાં બોલી ઊઠી.

'અમ્પાયર કહે કે ટુ ડીકલેર થાય એટલે બોલ ડેડ થઈ જાય પછી તમે એક દોડો કે અગિયાર દોડો પણ બે જ રન મળે. છેવટે એમને અમ્પાયરની વાત મંજૂર રાખવી પડી. પણ એટલેથી અંચે પોરે અટકે ખરા?

'એના પછીની ઓવરમાં હીટલરે સ્ટ્રેઈટ હીટ મારી. બોલર બોલ રોકવા ગયો પણ બોલ એના હાથમાંથી છટકીને સ્ટંપમાં ગયો. એ વખતે હીટલરની સામેનો પ્લેયર ક્રીસની બહાર હતો. અમે અપીલ કરી ને અંપાયરે એને આઉટ આપ્યો તો હીટલર કહે કે એ નોટ આઉટ ગણાય. બોલ એણે સ્ટંપમાં માર્યો નથી એ તો એના હાથમાંથી છટકીને એની જાતે સ્ટંપમાં અથડાયો છે.'

'અંપાયર કહે કે એ આઉટ જ ગણાય. એટલે હીટલર તો બેટ ઉગામીને અંપાયર તરફ ધસી ગયો. જો કે અમે બધાએ દોડીને એને પકડી લીધો પણ અંપાયર કહે કે મારે અંપાયરીંગ કરવું નથી. મારે કામ વગરની ભૂંડાશ શા માટે લેવી? બીજો કોઈ અંપાયર બનવા તૈયાર ન થયો એટલે અમારી એ ઐતિહાસિક મેચ બંધ રહી.

'એ પછી પાંચેક વરસે હું આફ્રિકા જતો રહ્યો પણ ત્યાં સુધી આપણા ગામવાળા જ નહીં પણ આજુબાજુનાં ગામવાળા કોઈએ એમની સામે મેચ રમવાની હિંમત કરી ન હતી. બોલો, તમે કદી આવી કોઈ ટીમ સામે મેચ ગોઠવી છે?'

'અમારેય એક વખત બાજુના ગામવાળી એક ટીમ સામે આવું થયેલું ને મારામારી પણ થયેલી પણ મેચ આપણા ગામમાં હતી એટલે એમને ભાગવું પડેલું.' સુસ્મિતે કહ્યું.

૧૮. પાછા લંડનમાં

દેશમાં બધા અવસર ઉકેલીને ત્રણ મહિને લંડનમાં પરત આવ્યા તોય નવનીતને લંડનમાં જાણે બહુ ગોઠતું હોય એમ લાગતું ન હતું. એણે આવીને તરત અંબુભાઈ તથા દીનુ, રમેશ અને મનહરને માટે ફરવાના વીઝા મેળવી આપવાની વિધિ શરૂ કરી દીધી. આમ તો એણે મુંબઈમાં વેવાઈના જાણીતા એક એજન્ટને એ કામ ભરાવી દીધું હતું જ ને એને જરૂરી રકમ પણ અગાઉથી આપી દીધી હતી.

જ્યાં સુધી એ બધા દેશમાંથી આવીને બધું જોઈને સંતોષ પામીને ન જાય ત્યાં સુધી એને ચેન પડે તેમ ન હતું. પણ ત્રણ મહિનાની બધાંની સામટી ગેરહાજરીને કારણે એમને પોતાના ધંધામાંય વધારે ધ્યાન આપવું પડે એમ હતું. કેટલાક જાણે એમના આવવાની જ રાહ જોઈને બેઠા હતા. એટલું સારું હતું કે એમણે એમની એ લોકો ચલાવતાં હતાં એ દુકાન ભાગમાં ચલાવવા આપી દીધી હતી.

જેમ ધંધો ખરીદવાવાળા એમની રાહ જોતા બેઠા હતા એમ કેટલાક ધંધો વેચવાવાળાય એમની રાહ જ જોતા હતા ને! ને બધાં પાછાં ઘાણીએ જોડાઈ ગયાં. હા, સ્વાતિને દેશમાં મૂકીને આવ્યાં હતાં એટલે અને બધાંને દેશની માયા લાગી હતી એટલે સૌના અંતરને ખૂણે દેશમાં પાછા જવાની લગની ઘૂમરાયા કરતી હતી.

નવનીતના મનમાં ઊંડે ઊંડે જે શંકા હતી કે રીવા અને પરિમલને દેશમાં અને ખાસ કરીને પોતાના નાનકડા ગામડામાં ગમશે નહીં એ વાત સાચી પડી ન હતી. નવનીતને આ વાતનો આનંદ હતો. એણે તો આવતે વરસે ગામમાં જવાનું મનથી નક્કી કરી જ દીધું હતું. પણ એને ક્યાં ખબર હતી કે એના સિવાય ઘરનાં બધાંએ મનમાં એવું જ નક્કી કરી મૂક્યું હતું! હા, એમને બધાંને મુંબઈમાં વધારે રહેવાનું, ફરવાનું ને ખરીદી કરવાનું મન હતું.

ને રીવાને તો હવે સ્વાતિ દેશમાં હતી એટલે નવરાત્રી મુંબઈમાં કરવાની વેળ ઉપડી હતી. વળી એમણે ઘરની દુકાન કાઢી નાખી હતી એટલે એને ઘણી બધી નવરાશ લાગતી હતી ને એ નવરાશનો એ પોતાની રીતે ઉપયોગ કરવા તલપાપડ થઈ ગઈ હતી. અરે, પાછાં આવતી વખતે એણે સ્વાતિ સાથે દેશમાં ફરી પાછાં આવવાનો કાર્યક્રમ પણ ઘડી કાઢ્યો ક્યાં ન હતો!

હજુ બધાં દેશની વાતો વાગોળી રહ્યાંય નહોતાં ત્યાં દેશમાંથી સમાચાર આવ્યા કે મોટાભાઈને દવાખાનામાં દાખલ કર્યા છે. હજુ કશું નક્કી નથી પણ

દાક્તરને કેન્સરનો વહેમ છે. ટીસ્યુનો નમૂનો લીધો છે એના બાયોપ્સી રીપોર્ટની રાહ જોવાય છે. વાત જાણી બધાં શોકમાં ડૂબી ગયાં. નવનીતે તો દેશમાં જવાની તૈયારી કરી દીધી. કેતકીએ પણ પતિ સાથે જવાની તૈયારી કરવા માંડી.

હજુ વાતને એક અઠવાડિયુંય થયું ન હતું ત્યાં મનહર અને રમેશના બેત્રણ ફોન આવી ગયા. નવનીતે બધાંને આશ્વાસન આપતાં કહ્યું : 'મને શ્રધ્ધા છે કે એવું કશું ગંભીર નહીં હોય. અત્યારે તો પ્રાથમિક તબક્કામાં હોય એ કેન્સર તરત કાબૂમાં આવી જાય છે. હું દેશમાં આવું છું ને આપણે એમને તરત મુંબઈ લઈ જઈને સારવાર શરૂ કરાવી દઈશું. તમે કોઈ વાતે ચિંતા કરશો નહીં.'

◆

ને નવનીત અને કેતકી દેશમાં આવી પહોંચ્યાં. મુંબઈ પહોંચીને બીજે જ દિવસે બન્ને ગામમાં પહોંચ્યાં. ત્યાં સુધીમાં પેલા ટીસ્યુના સેમ્પલનો રીપોર્ટ આવી ગયો હતો ને અંબુભાઈને કેન્સર છે એ વાત નક્કી થઈ ગઈ હતી. આવા કેસમાં બીજા લેબોરેટરીવાળાનો વધારાનો અભિપ્રાય લેવાની પ્રથા છે એટલે જ મોડું થયું હતું. સંદીપે ફોન પર એને જણાવ્યું હતું કે કેન્સર સ્પ્રેડ થઈ ગયેલું હતું એટલે એમની તબિયત ચિંતા કરવા જેવી હતી.

નવનીત કહેઃ 'મેં વેવાઈને મુંબઈની પ્લેનની ટિકીટો માટે કહી દીધું છે એટલે મોટાભાઈ, ભાભી ને જનકને લઈને અમે કાલે મુંબઈ જઈશું. ત્યાં બીચ કેન્ડી હોસ્પિટલમાં આપણા જમાઈ કામ કરે છે. એટલે પહેલાં તો આપણે ફરીથી ચેકઅપ કરાવીને ચોક્કસ કરી લઈશું ને પછી સારામાં સારી ટ્રીટમેન્ટ શરૂ કરાવી દઈશું. કેન્સર અત્યારે તો પહેલાં જેટલું ગંભીર ગણાતું નથી. એનીય દવા થઈ શકે છે અને મટી પણ શકે છે.' કહેતાં નવનીત આડું જોઈ ગયો. એને મોટાભાઈના કેન્સરની ગંભીરતાની વાતની એને જાણ હતી.

◆

બીજે જ દિવસે એણે નક્કી કર્યા પ્રમાણે બધાંને લઈને એ પ્લેનમાં મુંબઈ ઊપડ્યો. કેતકી જનકનાં છોકરાંને એની પત્ની સાથે ઘેર રહી. નવનીતે રમેશ અને મનહરને સૂચના આપી હતી કે એમણે પોતાની પત્નીઓ અને ગામમાંથી જેને આવવું હોય એમને લઈને બે દિવસ પછી ટ્રેનમાં મુંબઈ આવવું. એના મનમાં એમ કે એમ કરવાથી મોટાભાઈને સારું લાગશે.

મુંબઈમાં સંદીપ ઘરનો જ દાક્તર હતો ને એ બીચકેન્ડીમાં જ કામ કરતો હતો એટલે બધું બહુ ઝડપથી ગોઠવાઈ ગયું. એક જ દિવસમાં અંબુભાઈની બધી તપાસ થઈ ગઈ ને બીજે જ દિવસે ઑપરેશન પણ કરી દેવામાં આવ્યું. ત્યાંના ડૉક્ટરોએ પણ સંદીપને અંબુભાઈની તબિયત અંગે સ્પષ્ટ વાત કરી હતી અને સંદીપેય નવનીતભાઈને કેસની ગંભીરતા વિષે વાત કરી દીધેલી જ હતી.

વેવાઈએ પણ દર્દની ગંભીરતા જાણી નવનીત ને અંબુભાઈને કહી દીધું

હતું કે જ્યાં સુધી અહીંના દાક્તરોને સંતોષ ન થાય અને અંબુભાઈ હરતા-ફરતા ન થાય ત્યાં સુધી દેશમાં પાછા જવાની વાત કરવાની નથી. ત્યાં ગામડાના દાક્તરોથી બરાબર દવા ન થાય અને રજનું ગજ કરી મૂકે.

પણ અંબુભાઈને દીકરીના ઘરનું ખાવામાં મન પાછું પડતું હતું. વેવાઈએ એમને હસતાં કહી દીધુંઃ 'તમને દીકરીના ઘરનું ખાવામાં વાંધો નડતો હોય તો તમારું ખાવાનું હોટેલમાંથી મંગાવી દઈશું, બસ?'

પછી તો અંબુભાઈને કશું બોલવા જેવું જ ન રહ્યું ને એમ બધો કાફલો મુંબઈમાં રોકાઈ પડ્યો. દેશમાંથી મનહર તથા રમેશ અને એમના ઘરનાં અંબુભાઈની ખબર કાઢવા આવી ગયાં. સાથે કેટલાક પિતરાઈઓ પણ ખબર જોવા આવી ગયા હતા. એમણે અંબુભાઈની સુધરતી તબિયત જોઈને સંતોષ વ્યક્ત કર્યો એનાથી અંબુભાઈનામાંય જાણે નવા પ્રાણ પુરાયા.

પંદર દિવસ રહીને બધાં ગુજરાતમાં પાછાં ફર્યાં ત્યારે અંબુભાઈની તબિયત પહેલાંના જેવી થઈ ગઈ હતી. અંબુભાઈની ઈચ્છા તો સીધા ગામમાં જવાની હતી પણ નવનીતે એમની એ વાત ન જ માની ને એમને વલ્લભવિદ્યાનગરમાં જ રહેવાનું ગોઠવી દીધું. જનક અને બીજાંને જેને ગામમાં કામ હોય તે ભલે ગામમાં રહે પણ મોટાભાઈએ તો જ્યાં સુધી એમની તબિયત અંગે નવનીતને બરાબર સંતોષ ન થાય ત્યાં સુધી વલ્લભવદ્યાનગરમાં જ રહેવાનું કબૂલ કરાવ્યું.

એક નવનીત અને કેતકીને જ સાચી વાતની ખબર હતી કે મોટાભાઈની તબિયતમાં આવેલો સુધારો કામચલાઉ જ હતો. કેન્સર એટલું પ્ર સરી ગયું હતું કે અંબુભાઈની તબિયત બેચાર મહિને એટલી હદે લથડવાની હતી કે એમાં કોઈ હૉસ્પિટલનાં દવા કે સારવાર કામ લાગવાનાં ન હતાં. એટલે તો એણે ગામમાં જઈને વોટરવર્ક્સ, બાલમંદિર અને દવાખાનાનાં કામ એક સાથે અને ઝડપભેર પૂરાં થઈ જાય એવી વ્યવસ્થા ગોઠવવા માંડી હતી.

વલ્લભવિદ્યાનગર ગામથી બહુ દૂર ક્યાં હતું? ભાભી રોજ ઘેર આંટો મારી આવતાં હતાં અને ગામમાંથીય રોજ લોકોનાં ધાડેધાડાં અંબુભાઈને જોવા આવ્યા જ કરતાં હતાં. એમ કરતાં ત્રણ મહિના પસાર થઈ ગયા. અંબુભાઈની તબિયત કથળતી લાગી. નવનીતે મુંબઈ ફોન કરીને બધી વ્યવસ્થા ખાનગીમાં ગોઠવી કાઢી.

આ તરફ એણે શરૂ કરાવેલાં ગામનાં કામો પણ પૂરાં થઈ જવા આવ્યાં હતાં. નવનીતે બધાં કામોના ઉદ્ઘાટનની એક જ તારીખ નક્કી કરી દીધી. મોટાભાઈને હાથે જ 'અંબુભાઈ બાલમંદિર', 'વારિગૃહ', અને 'આરોગ્યકેન્દ્ર'નું ઉદ્ઘાટન કરાવવાનું નક્કી કર્યું હતું. અંબુભાઈ એને કહેઃ ' એવી ઉતાવળ શી છે?'

નવનીત કહેઃ 'તમને ઉતાવળ નથી પણ મને છે એનું શું? મારે તમને

મુંબઈ તબિયત ચેક કરાવવા લઈ જવા છે ને મારું ઈંગ્લેન્ડનું કામ પણ ખોટી થાય છે. એક વખત આ ઉદ્‌ઘાટન થઈ જાય અને તમારી તબિયતની બાબતમાં નિશ્ચિંત થઈ જાઉં એટલે મારે વધારે નહીં તોય બેચાર મહિના તો ત્યાં જઈ આવવું પડશે.'

❖

ને નવનીતે ધામધૂમથી ત્રણેય સંસ્થાઓનાં ઉદ્‌ઘાટન મોટાભાઈને હાથે કરાવી દીધાં. આ પ્રસંગે ગામ તથા સગાંવહાલાંને એણે બે ટંક જમાડ્યાં હતાં. મોટા ભાઈ કહેઃ 'અલ્યા, તેં આ કરવામાં જેટલા રૂપિયા ખર્ચ્યા એનાથી વધારે તો આ ગામ જમાડવામા ખર્ચ્યા. અને બધુંય મારા નામે કર્યું એના કરતા બાપાને નામે કર્યું હોત તો સારું દેખાત.'

એમને નામેય કરીશું, આવતે વરસે એમને નામેય કશું કામ કાઢીશું. અત્યારે તો તમારે નામે જ કરવું હતું. મારે તમને દુઃખી કર્યાના પાપમાંથી પહેલાં છૂટવું હતું. કહો, તમે રાજી?'

'હું તો તેં મને જમીન પાછી ખેડવા આપી ત્યારથી જ રાજી થઈ ગયો હતો. હવે તો ઊલટો હું તારો ઋણી થઈ ગયો. તેં મોટું મન રાખીને —'

'મોટાભાઈ એવું બોલીને મને પાછો પાપમાં ન નાંખશો. તમે છો તો અમે છીએ. તમે રાજી તો અમેય રાજી. હવે એક વખત તમને મુંબઈ બતાવી લઈએ પછી મને શાંતિ થાય.'

'મને કશી તકલીફ કયાં છે? આ તો તારા મનમાં પેસી ગયું છે કે મને અશકિત આવી ગઈ છે તો એક વખત મુંબઈ બતાવી આવીએ. પછી તું તારે વિલાયતનો આંટો મારી આવ. અહીં અમને હવે તારા વગર ગમશે નહીં.'

'તે મનેય તમારાં બધાં વગર ત્યાં કયાં ગમવાનું છે? હુંય હવે તો એક પગ ગામમાં અને એક પગ વિલાયતમાં જ રાખવાનો છું. ત્યાં બધાં છોકરાં ધંધે વળગી જાય એટલે મારે તો અહીં આવીને તમારી બધાંની સાથે જ રહેવું છે. ધરતીનો છેડો ઘર.'

અંબુભાઈ નવનીતને ધરપત આપવા ગમે તેમ કહે પણ હવે તો એમનેય અશકિત લાગવા માંડી હતી ને નવનીતને તો ખબર હતી જ કે અંબુભાઈનો દીવો હોલવાઈ રહ્યો હતો.

એણે મનહર તથા રમેશને આ વાત કરી દીધી હતી. હજુ જનક કે ભાભીને કશો અણસાર આવવા દીધો ન હતો. પહેલાં પોતે, મોટાભાઈ, ભાભી તથા કેતકી મુંબઈ જાય પછી બેત્રણ દિવસે બધાંને મુંબઈ લઈ આવવા એણે રમેશને જણાવી દીધું હતું.

❖

જો કે નવનીતની દોડભાગ અને તેના વર્તાવથી બધાંના મનમાં અંબુભાઈની તબિયત માટે શંકા તો પડવા જ માંડી હતી. ત્રણેક દિવસ પછી જ્યારે બધાં મુંબઈ આવ્યાં ત્યારે નવનીતને બદલે સંદીપે બધાંને પાસે બેસાડીને મોઘમ વાત કરીઃ 'જુઓ મોટાકાકાની તબિયત પહેલાં જેવી તો નથી થવાની પણ હવે તેમનાથી કશી દોડાદોડ નહીં થાય. જેટલી દવાઓ નિયમીત લેશે અને ખાવાપીવામાં કાળજી રાખશે એટલી તબિયત સચવાશે.'

'એનો તો વાંધો નહીં આવે. અમે બધાં છીએ ને. પણ કશું વધારે પડતું ન હોય તો બધાંને નિરાંત.' દીનુએ કહ્યું.

'જુઓ આપણે બધાંએ મનને મજબૂત કરી દેવાનું છે. મોટાકાકાને કેન્સર હતું. દાકતરોએ બને એટલી સારી દવાઓ કરી છે, છતાં ક્યારે શું થઈ જાય એ નક્કી નહીં. દાકતરોએ તો એટલા સુધી કહ્યું છે કે ગામમાં લઈ જઈ એમને આનંદમાં રાખજો અને લખ્યા પ્રમાણેની દવાઓ નિયમિત આપતા રહેશો તો બેચાર વરસ તો કશો વાંધો નહીં આવે. પછી તો જેવી ભગવાનની મરજી.'

સંદીપની વાતથી બધાં સમજી ગયાં કે અંબુભાઈની તબિયતની બાબતમાં બહુ આશા રાખવા જેવું ન હતું. છતાં રમેશે કહ્યું: 'તમને ઠીક લાગતું હોય તો બીજી કોઈ મોટી હૉસ્પિટલમાં બતાવીએ તો?'

'આપણે બીજા પણ બે દાકતરોને કન્સલ્ટ કરી જોયા છે. મોટા કાકાને કોઈ વાત ન કરતા પણ હવે દિવસે દિવસે એમની તબિયત કથળતી જવાની છે. જેટલું વધારે ખેંચી શકે એટલી ભગવાનની દયા.' સંદીપે કહ્યું ને સવિતાભાભીને માથે તો જાણે આભ તૂટી પડ્યું. એમની આંખો ચૂઈ પડી. બધાંએ એમને અનેક પ્રકારે સાંત્વન આપવા માંડ્યાં પણ એ કેમે કરીને શાંત ન થયાં. છેવટે સંદીપે કહ્યું: 'તમે આવું કરો તો મોટાકાકાય હિંમત હારી જાય. જે ભગવાને ધાર્યું હશે એ થશે પણ આપણે બધાંએ હવે મન મજબૂત રાખીને વર્તવું જોઈએ.'

૧૯. મોટાભાઈ ગયા

બધાં ગમગીન મોંએ ગામમાં પાછાં ગયાં. અંબુભાઈની તબિયતના સમાચાર એમના કરતાય વહેલા ગામમાં પહોંચી ગયા હતા. ગામના લોકોનાં ટોળેટોળાં એમની ખબર જોવા આવવા લાગ્યાં. આવાનારાં બધાં એમને સાંત્વન આપવા કરતા નિરાશાભરી વાતો કરતા હતાં એટલે નવનીત બીજે જ દિવસે ભાભીને સમજાવી બધાંને વિદ્યાનગર લઈ ગયો.

ત્યાં પહોંચી એણે ગામમાંથી કોઈ આવે તો એમને બને ત્યાં સુધી તો અંબુભાઈને મળતા અટકાવવા માંડ્યા. જેને ટાળી શકાય એવા ન હોય તો એમણે કેમ વાત કરવી એ સમજાવીને અંદર જવા દેવા માંડ્યા. કોઈને કદાચ ખોટું લાગે તોય તેણે એની પરવાહ ન રાખી. રમેશ કે મનહર હાજર હોય તો બધાને શાંત પાડતા હતા.

વિદ્યાનગરના દાક્તરની નિયમિત વિઝીટની વ્યવસ્થા પણ ગોઠવી દીધી. રોજ સવારે દાક્તર પોતાના દવાખાને જતા પહેલાં મોટાભાઈની ખબર પૂછીને દવાખાને જવા લાગ્યા. નવીનવી દવાઓ આવવા લાગી. કેટલીક દવાઓ તો ઈંગ્લેન્ડથી પ્લેનમાં તાત્કાલિક મંગાવવામાં આવી. અંબુભાઈને બધાંએ સાંત્વન આપવા માંડ્યાં કે રોગ કાબૂમાં આવતો જાય છે. પહેલાં શરીર સૂકાશે પછી જ દવાઓ અસર કરશે એમ દાક્તર કહેતા હતા, એમ પણ લોકોએ કહેવા માંડ્યું.

જો કે અંબુભાઈના મનમાં પણ શંકા પેસી ગઈ હતી કે રોગ ઘર કરી ગયો છે તે જીવ લઈને જ રહેશે. એમણે નવનીતને છોકરાંની ભાળવણી કરતા હોય એમ કહ્યુંઃ ‘મારા મનમાં એમ થઈ ગયું છે કે હવે હું નહીં બચું. આજથી મારાં છોકરાંની જાળવણી તને સોંપી. મારાથી કશી ભૂલ થઈ ગઈ હોય તો મનમાં લાવ્યા વગર મારાં છોકરાંને સાચવી લેજે.’

‘તમે એમ હિંમત શું હારી જાવ છો? રોજ વિલાયતથી દવાઓ આવી જાય એવી વ્યવસ્થા કરી છે. દાક્તર કહેતા હતા કે મહિનો બે મહિના મોડું થશે પણ રોગને તો ધડમૂળમાંથી કાઢીને જ જંપીશ.’ નવનીતે હિંમત આપી.

‘દાક્તર તો એમ જ કહે, પણ મારું મન માનતું નથી. મને હવે મરવાની બીક પણ નથી. તારા જેવો ભાઈ માથે બેઠો છે તે મારાં છોકરાં સચવાઈ જશે એ વાતનો સંતોષ લઈને મરીશ.’

‘ભલે, તમને અમારી કે દાક્તરની વાત પર ભરોંસો ન પડતો હોય તો બધું ભગવાન પર છોડી દો. એણે ધાર્યું હશે એમ થશે એમ માનીને મનમાંથી

ઉચાટ કાઢી નાંખો. તમે સજા થઈ જાવ તોય જાવ આજથી છોકરાંની ને ભાભીની બધી જવાબદારી મારે માથે, બસ?' નવનીતે કહ્યું પણ એની આંખોય ભરાઈ આવી. એ આડું જોઈ ગયો.

'અમે ભાઈ થઈને ભાઈપણું ન સાચવી શક્યા પણ તેં મોટું મન રાખીને અમને બધાંને સાચવી લીધાં એ ગણ કેમ ભૂલાય!'

'મોટાભાઈ, એમાં તો મારી જ ભૂલ હતી. મેં આટલા પૈસા થયા છતાં કદી તમારી ખબરેય ન કાઢી ને પાછો આવ્યો ત્યારેય ઘર ને જમીનમાં ભાગ માગવા આવ્યો.'

'તારો તો ભાગ હતો તે માગવા આવ્યો હતો પણ અમને તો કમત સૂઝેલી ને તારો ભાગ પચાવીને બેસી ગયેલા. તેં મોટું મન રાખીને બધું વિસરીને અમને રૂડા દેખાડ્યા એનું ઋણ તો હવે આગલે જન્મે ચૂકવાય ત્યારે ખરું.' કહેતાં અંબુભાઈને ઓછું આવી ગયું.

'તમે મોટાભાઈ, એવી બધી ગઈગુજરી યાદ કરીને નકામો જીવ બાળો છો એમાં જ તમારી તબિયત વધારે બગાડો છો. હવે જો તમે ફરીથી જૂના પોપડા ઉખેડ્યા તો હું વિલાયત ભાગી જઈશ.'

'શું કરું પણ મારાથી એ ભૂલાતું નથી.'

'તો ના ભૂલશો પણ એને આમ વારંવાર યાદ કરીને ખોટો જીવ ન બાળશો. જ્યારે એ યાદ આવે ત્યારે મને મોટે ઉપાડે કોલેજમા ભણવા મોકલ્યો હતો ને બે વરસ રઝળીને નાપાસ થઈને હું પાછો આવ્યો હતો એય ભેગું યાદ કરી લેજો.'

વિલાયતની દવાઓ, નવનીતની દોડધામ અને દાક્તરોની વિઝીટો કામ ન આવી ને મુબઈથી આવ્યા પછી એક જ મહિનામાં અંબુભાઈનું પ્રાણપંખેરું ઊડી ગયું. નવનીતે બધી અંતીમ વિધિ જાતે જ કરી. બેસણા વખતેય મોટાભાઈને નામે મબલખ દાનધર્માદા કર્યું. ગામમાં કરવાનાં બીજાં એકબે કામ માટેય મોટાભાઈને નામે મોટાં દાન જાહેર કર્યાં.

ગામપરગામના લોકોય નવનીતની ભાઈ પ્રત્યેની લાગણીથી પ્રભાવિત થઈ ગયા. રડતાં ભાભીની આંખો તો કોરી ન તઈ પણ એમના મનમાં એક વતે સંતોષ થઈ ગયો કે ગામમાં કોઈનોય ન થયો હોય એવો મરણોત્તર વહેવાર એમના ધણી પાછળ થયો હતો.

નવનીતે વિદ્યાનગરમાં જ એક જગ્યા ખરીદીને જનકને ધંધો કરી આપ્યો. એણે કહ્યુંઃ 'ભાભીને પાછલી ઉંમરે કોકને આશરે છોડવાં નથી. હું જનકના ને દીનુના દીકરાને ઈંગ્લેન્ડ બોલાવી લઈશ.'

ગામનું ઘર દીનુને સોંપી જનક અને ભાભીને વિદ્યાનગરના મકાનમાં રહેવા માટે મનાવી લીધાં.

એ વાતને બે વરસ વીતી ગયાં છે. નવનીતે કહ્યા પ્રમાણે બેય છોકરાને ને રમેશ તથા મનહરના એકએક છોકરાને ઈંગ્લેન્ડ બોલાવીને ગોઠવી દીધા છે.

એ વરસમાં બેએક વખત દેશમા આવે છે ખરો પણ ભાભીની ખબર કાઢવા ને દીનુ, રમેશ ને મનહરને મળવા આવતો હોય એમ બેચાર દિવસ રહીને પાછો ચાલ્યો જાય છે. ક્યારેક તો એ ગામમાંય જતો નથી. એના આવ્યાના ખબર પડતાં જ બધા એને મળવા વિદ્યાનગર આવી જાય છે. સાચું પૂછો તો એનો ગામમાં જતાં જાણે પગ જ પાછો પડે છે.

Printed in Great Britain
by Amazon